1. "భారతీయ సమాజముపై ఆంగ్ల విద్యా ప్రభావము" అను గ్రంథముపై అభిప్రాయము

"పరిశోధించి తెలుసుకొన్న చారిత్రక సత్యాలను నిర్మొహ మాటంగాను, నిదర్శనపూర్వకం గాను చెప్పడంలో సిద్ధహస్తులు శ్రీ లక్ష్మీనారాయణ గారు. అందరికి అందుబాటులో ఉండే విధంగా చిన్నచిన్న చారిత్రక కరపత్రాలను రచించడంలోను, ప్రచురించడంలోను, వారికొక విశిష్టత ఉంది. ఈ కరపత్రంద్వారా వారీ విషయాలను మరింతగా ప్రకటపరచుకొన్నారు."

ఆంధ్రప్రభ—జూన్ 2—1957

2. రామాయణ విమర్శనముపై అభిప్రాయము.

"విమర్శనాత్మకములైన కావ్యాలలో శ్రీ కొడాలి లక్ష్మీనారాయణగారి 'వాల్మీకి రామాయణ విమర్శనము' విజ్ఞానప్రదమైఉంది."

(శ్రీయామిజాల పద్మనాభస్వామి—దుర్ముఖి గ్రంథాల సమీక్ష — 1956 మార్చి నుండి 1957 మార్చివరకు. ఆంధ్రపత్రిక సారస్వతానుబంధము—ఏప్రిల్ 1—1957)

మహాభారత విమర్శనము

I

మహాభారత యుద్ధము, చారిత్రక బీజములు—రచయిత వృత్తాంతము—జయ, భారతము, మహాభారతము, వర్తమాన మహాభారతము—వృద్ధివికాసము—ఋషులు సత్యవ్రతులే—మహాభారత రచనాకాలము, బాహ్యప్రమాణములు, ఆంతరిక ప్రమాణములు—మహాభారతము, యోగ్యత—మహాభారతరచనలోఉద్దేశ్యము—

మహాభారత యుద్ధము - చారిత్రక బీజములు

భారతీయ సాహిత్యములో, మహాభారతము, రామాయణము వలె ముఖ్యమైనది. కురుపాంచాలురకు జరిగిన యుద్ధమునే మహాభారతముగా పండితులు వ్రాసినారు. దీనికే ఇతిహాసము, పురాణము. కావ్యము, ఆఖ్యానము అనికూడ పేర్లు కలవు. అసలీ యుద్ధమే కల్పితమైనదని కొందరు పాశ్చాత్య పౌరస్త్య విద్వాంసులు అభిప్రాయపడిరి. కె. యం. మున్షీ సైతము, కురుపాంచాలుర యుద్ధ మెచట బ్రాహ్మణములలో గాని, ఉపనిషత్తులలోగాని కాన్పించదని, జనమేజయ పరీక్షిత్తుల వంశము సరిగా తెలియదని, కురుపాంచాలుర స్వల్ప యుద్ధములు భారతయుద్ధముగా జేర్చిరని, కురుపాంచాలురమధ్య కాని, కౌరవ పాండవుల మధ్యగాని పెద్ద యుద్ధము దాశరాజ్ఞయుద్ధము తర్వాత కాని జనమేజయ పరీక్షిత్తుల ముందుకాని లేదని, దాశరాజ్ఞ,

పరశురామ మొదలగువారి అన్ని యుద్ధములు కలిపి వ్రాసిన గ్రంథమని 'జనమేజయుని' పూర్వుల కివి కలుపబడినవని, జనమేజయుని వంశవృక్షము, పురాణములలోని వర్ణన తప్పని, ఇతని పూర్వులపేర్లు బ్రాహ్మణములలో గలవని, మహాభారత కథ కేవలము ఊహా మాత్రమేనని, వ్రాసెను.[1] శేర్ అను విద్వాంసుడు, క్రీ. పూ. 6 వ శతాబ్దములో భారతయుద్ధమని, 'సైరసు' కురు రాజగు దుర్యోధనుడని, ఈయన భారతీయులపై చేసిన యుద్ధము, ఓటమి, మహాభారత యుద్ధముగా వ్రాయబడెనని వ్రాసెను. కాని యిది సరికాదు.

కురుపాంచాల జాతిపేరు ప్రథమముగా యజుర్వేదములో గాన్పించుచున్నది: కాని అచట కథ భిన్నముగానున్నది. వీరిరువురు స్నేహముగాను, శాంతి సుహృద్భావములతో నున్నట్లు కాన్పించును. యజుర్వేద సంబంధమగు 'కాఠక' సంహితలో (X—6) 'ధృతరాష్ట్రి వైచిత్రవీర్యుని' ఉల్లేఖనకలదు. కాని ఈయన 'కురురాజు' కాదని శ. బ్రా. XIII—5—4, 19, 22 ను బట్టి కాశీరాజని, భరతరాజు 'శత్రాజిత శతానీకుని'చే నోడింపబడెనని, మున్షీపండితుని వాదము. 'శతపథ బ్రాహ్మణము' ఉత్తర కాలీన అంశములలో మహాభారత కథా సూత్రములు (Circling narration) కలవని, ఈ బ్రాహ్మణ రచనా కాలమునాటికి,

---

1. K. M. Munshi—Bharathiya Vidya Vol. I. P. 149.
"The story of the Maha Bharatha is a purely imaginary one.'

జనమేజయుని' పేరు ప్రజల మనస్సులలో హత్తుకొని యున్నదని. 'కాఠక సంహిత' లోని మంత్రమునుబట్టి కురుపాంచాలురకు వైరభావముగలదని స్పష్టపడుచున్నదని విద్వాంసులు వ్రాసిరి.[2] ఇవి జాతి తగాదాలుగా (Tribal feuds) వర్ణించబడినవి. కురులన భరతులే. వీరు 'సుదాసు' యుద్ధములో బాల్గొనిరి. వీరి వంశీకులైన భరతులకు, పాంచాలురకు జరిగిన చిన్న తగాదానే, పెద్ద యుద్ధముగా వర్ణించిరని చెప్పిన విద్వాంసుల యభిప్రాయముతో నేను ఏకీభవించుచున్నాను. 'మున్షీ' కూడ యిది చిన్న తగాదాయని అంగీకరించెను. ఇది మతమునకు సంబంధించిన తగాదా కాక, రాజకీయమైన తగాదాయని, పాండవులకు ధార్తరాష్ట్రులకు మధ్య జరిగినదేయని 'పర్గిటరు' వ్రాసెను. ఋషులు వ్రాసిన బ్రాహ్మణాది గ్రంథములలో దీనిని పేర్కొనక పోవడము, నివృత్తి పరములోనివారి కిది రుచించక పోవటమే. (Pargiter—A. I. H. T. P 283—4) ఛాందోగ్య ఉపనిషత్తులోని VI—17—9 సూచనవలన శతపథ బ్రాహ్మణములోని సృంజయ, కురుల మధ్య జరిగిన విరోధ భావముల వర్ణనవలన ఈ యుద్ధముజరిగినట్లుతోచుచున్నదని 'రాయ్‌చౌదరి వ్రాసెను. పాశ్చాత్య విద్వాంసులు మొదట ఈ యుద్ధమును సందేహించి తర్వాత అంగీక

2. Prof. Eggeling—Footnote of the translation of Sathapatha Brahmana, "From this passage—which unfortunately is not in a very good condition in the Berlin m.s.—it would appear that animosities had then existed between the Kurus and the Panchalas."

రించి. తర్వాత యుద్ధకాలనిర్ణయమునకు గడంగిరి. "ఇది ఆర్యజాతుల మధ్య జరిగిన యుద్ధమని, వీరే భరతులని, వీరికి ద్రవిడులు లేక 'కొలేరియనులు' సాయపడిరని, ఇది క్రీ. పూ. 1100—1300 మధ్య జరిగినదని," 'హావెల్' అను విద్వాంసుడు వ్రాసెను.[3] 'సి. వి. వైద్యా, మాక్డనాల్' మున్నగు పలువురు విద్వాంసుల అభిప్రాయములను ముందు 'భారత యుద్ధకాల నిర్ణయము' అను అధ్యాయమున విపులముగా వ్రాసెదను. ఇంపీరియల్ గెజటీర్ (234 పుట)లో దీని చారిత్రక బీజములు క్రీ. పూ. 10వ శతాబ్ది నాటికి పోవునని వ్రాయబడినది.

కురుపాంచాలురకు జరిగిన చిన్న తగాదానే, గోరంతలు కొండంతలుచేసి, కవులు, పండితులు మహాభారతము వ్రాసిరి. ఈ యుద్ధము క్రీ. పూ 950 వ సంవత్సర ప్రాంతమున జరిగినదనుటలో సందియము లేదు. ఈ వృత్తాంతమును స్వాంతముగ నెరింగిన 'కృష్ణద్వైపాయను' డను 'పారాశర్యవ్యాసుడు' 'జయ' (Victory)యను పేరుతో భారతకథను వ్రాసెనని. మహాభారతము తెల్పుచున్నది. ఇది సత్యమైనచో ఇదియే నిజమైన చరిత్ర భాగమని మూలకథయని చెప్పవచ్చును. ఈ తగాదా, రాజ్య విస్తీర్ణత కొరకు గలిగినదో, మతభేదముల వలన గలిగినదో,

---

3. E. B. Havell—Benares, the sacred city p 23 "The main" story of the M.Bh. is an account of the great war between the Aryan tribes of Northern India, called the Bharatas, assisted by their Dravidian or kolarian allies, which is supposed to have taken place between 1400—1300 B.C.

సరిగా మనము నిశ్చయింప జాలము. 'వేబరు' వ్రాసిన అభి ప్రాయములో నేనేకీభవించు చున్నాను. (See Weber - H. I. L. P 187)

రచయిత వృత్తాంతము

'మూల భారతము' లేక 'జయ' ను వ్రాసినవాడు 'పారా శర్య వ్యాసుడు' అని మహాభారతము తెల్పును. ఇతని పేరు ఆది పర్వములోను, తైత్తిరీయ ఆరణ్యకములోను, సామవిధాన బ్రాహ్మణమునకు సంబంధించిన 'వంశ' కృష్ణ యజుర్వేద కాతక భాగములోను గాన్పించు చున్నది. తైత్తిరీయ ఆరణ్యకములో 'వ్యాస పారాశర్య' తో బాటు 'వైశంపాయనుడు' పేరు గాన్పించు చున్నది. 'సామవిధాన బ్రాహ్మణము' లో 'వ్యాసపారాశర్యుడు'. 'విష్వక్సేనుని' శిష్యుడని, జైమిని గురువని వ్రాయబడియున్నది. 'వైశంపాయనుడు' కఠ కాలాపుల, యాస్క పైంగి యొక్క గురువుగా గాన్పించు చున్నాడు[4]. ఆనవాలుకు మాత్రము వ్యాసుడు వేద సంహితకార, ఇతిహాస వేదము ('పురాణ సంహిత - జయ') అను పంచమ వేదము కూడ వ్రాసెనని తెలియు. ఇతర గ్రంథము లలో నెచట 'జయ' కర్తృత్వము పేర్కొన బడలేదు.

4 Weber - History of Indian literature P- 184.
"He appears in the Anukramanika "of the Atreyi School at the head of its list of teachers, specially as the preceptor of Yaska paingi." Also see 'Mahabhashya,'

'పరాశరమహర్షి' ఒకానొక సమయమున 'యమునానదిని, పడవలో దాటుచు' బెస్తకన్యయగు సత్యవతిని జూచి మోహించి, ఆమెతో గలసెను. "పవన పర్ణాంబుభక్షులైన వసి.... మునిముచ్చులెల్ల, తామరస నేత్రలిండ్ల బందాలుగారె" అను పెద్దన వచనము సత్యమైనది. ఈ కలయికవలన వ్యాసుడు గల్గెను. ఈయన నల్లగా, నుండుటచేత 'కృష్ణ' యని, సత్యవతి యితనిని 'యమునానదీ ద్వీపముమీద పెంచుటచేత 'ద్వైపాయను' డని, ఈ కారణముం చేత 'కృష్ణ ద్వైపాయనుడు' అని, పరాశరుని కుమారు డగుటచేత పారాశర్యుడని, వేదములను మండలములుగా గూర్చి విభజించిన వాడగుటచేత 'వేదవ్యాసు డని' పేర్లు వచ్చినవి. వేదములను విస్తరింప జేసిన వాడగుటచేత 'వేదవ్యాసుడు' అను పేరు గల్గినదని మహాభారతము తెల్పుచున్నది.[5]

"వేదములను విస్తరింప జేయుట అనగా వేదములలోని యజ్ఞాది కర్మములకు సంబంధించిన విధ్యర్థవాద మంత్రాదులను విస్తరింప జేయుటయే" అని పండితులు వ్రాసిరి.[6]

వేదముల విభజించిన లేక విస్తరించిన వారెల్లరు వేద వ్యాసులే. వాయు, విష్ణు పురాణములు వేదముల విభజించిన 28 మంది వ్యాసులను పేర్కొన్నది. 'కూర్మ పురాణము కూడ వీరిని పేర్కొన్నది. 24 వ వేద వ్యాసుడగు ఋక్షభార్గవుడు లేక వాల్మీకి

---

5. ఆది 93 అధ్యాయము-"వి వ్యాస వేదాన్ యస్మాత్ స వేదవ్యాస ఇతి స్మృతిః
6. పెండ్యాల వెంకట సుబ్రహ్మణ్యశాస్త్రి—పారాశర్య వ్యాసుని వేదవిభాగ విధానము (భారతి - మార్చి 1947.)

ప్రాచేతసుడు' మూల రామాయణ కర్త సామవేదద్రష్ట. తపో మహిమచే వాల్మీకి బిరుదు పొందిన 'ప్రాచేతస మహర్షి'; కృష్ణ ద్వైపాయన వ్యాసుడు 28 వ వాడు. వీరి పేర్లివి. 1. స్వయంభువు 2 ప్రజాపతి 3 శుక్రుడు 4 బృహస్పతి 5 సవిత 6 మృత్యువు 7 ఇంద్రుడు 8 వశిష్ఠుడు 9 సారస్వతుడు 10 త్రిధాముడు 11 త్రిశిఖుడు 12 శతతేజుడు 13 అంతరిక్షుడు 14 వర్ణి 15 త్రయ్యారుణుడు 16 ధనంజయుడు 17 క్రతుంజయుడు 18 ఋతుంజయుడు 19 భరద్వాజుడు 20 గౌతముడు 21 హర్యాత్మ 22 వాజశ్రవుడు 23 తృణబిందుడు 24 ఋక్షుడు 25 శక్తి 26 జాతుకర్ణుడు 27 పరాశరుడు 28 కృష్ణద్వైపాయనుడు.[7] ఈ పట్టిక విష్ణు పురాణమును బట్టి వ్రాయ బడినది. ఇతర పురాణములలో కొంచెము మార్పులున్నవి. ఎట్లయిన 'కృష్ణద్వైపాయనుడు ఆఖరు వాడగుట స్పష్టము.

'పర్గిటరు' భారత యుద్ధము క్రీ. పూ. 961 అని వేద వ్యాసుని కాలము క్రీ. పూ. 1050 అని వ్రాసెను. 'రాప్సను' (Rapson) యుద్ధకాలము క్రీ. పూ. 1000 అనెను. మెక్డొనాల్డు, సి. వి. వైద్యా 'జయ' రచన క్రీ. పూ. 1400 ప్రాంత మనిరి. శంకరుడు, కలిద్వాపరసంధిలో 'వ్యాసుడు' గలడనెను; కాని యుగములకు చరిత్రకు సంబంధమే లేదు. 'వేదవ్యాసుడు' అనేక

7. వేలూరి శివరామశాస్త్రి—ప్రాచీన భూగోళము. (భారతి-1947 డిశంబరు) 26 పరాశరుడని 27 జాతు కర్ణుడని యున్నది. నేను నా 'రామాయణ విమర్శనము' లో నిచ్చిన పట్టీ కిది కొంచెము భిన్నముగా నున్నది.

కారణములచేత క్రీ. పూ. 10 వ, 11 వ శతాబ్దములలో గండిసుట కాధారములు గలవు. వానిని ముందు వ్రాసెదను. వేదవ్యాసుడు తన కాలము వరకున్న త్రయీవిద్య యను మూడు వేదములనే (త్రయీవై విద్యా,ఋచోయజూంషి,సామాని-శతపథబ్రాహ్మణము) మండలములుగా విభజించెను. అథర్వ వేదము వెనుక పుట్టినది. వేద విభజనానంతరము 'జయ' అను ఇతిహాసము చెప్పె నను విషయము సందేహాస్పదమై యున్నది.

'కృష్ణద్వైపాయనుడు' వాల్మీకివలె సామవేద ప్రోక్తరాడు; సామవేద ప్రవర్తకుడు (ప్రచారము చేయువాడు) గా తాండ్య బ్రాహ్మణమునందు, విద్యుత్పరిశోధకుడుగా' తైత్తిరీయ ఆరణ్య కమున' చెప్పబడియున్నాడు. ఋషి కృష్ణద్వైపాయనుడు, భారత యుద్ధానంతరము 'జయను' వ్రాసెనని మహాభారతము తెల్పు చున్నది. ఈ 'వ్యాసుడు' అక్షర నిర్మాత యని 'అల్బురూని' వ్రాయుచున్నాడు.[8]

'వేదవ్యాసుడు' ఒక్కను, భారత రచనతో సంబంధములేని వ్యక్తి యని వ్రాసిన కొందరు విద్వాంసుల అభిప్రాయమును నేను పరిశీలించినాను. అశ్వలాయనుడు తన గృహ్య సూత్రములలో 'సుమంతు-జైమిని - వైశంపాయన - పైల - సూత్రభాష్య భారత మహాభారత ధర్మాచార్యాః' అని పేర్కొనెను. వ్యాసుడు గురువే

8. E. Sachua - Albrunie's India P. 161. "But then Vyasa the son of Parasara rediscovered their alphabet of 50 letters by an inspiration of God."

అయినచో నిందుండెడిదని, అట్లు లేనందువలన, ఈయన మిథ్యా పురుషుడని, యాజ్ఞవల్క్యుడు, వైశంపాయనుని సమకాలీనుడు, శిష్యుడని, పాణిని సూత్రములలో గూడ (IV-3-101) 'కలాపి వైశంపాయనాన్తే వాసి భ్యశ్చ' అని ఉండు కతన వైశంపాయనుడు కలడని, 'శెంబావ నేకర్ వ్రాసెను.[9] ఈయనయే, వేదములను జదివెనని, 4 సంహితలుగా విభజించెనని, పై విద్వాంసు డభిప్రాయపడెను కాని, 4 సంహితలుగా వేదవ్యాసుడు విభజించిన వృత్తాంతమును ప్రమాణములతో చేర్కొనలేదు. అన్ని ఇతిహాస, పురాణముల కర్తృత్వము మాత్రము వ్యాసుని కారోపించుట, మిథ్యగా నున్నది.[10] "అష్టాదశ పురాణానాం కర్తా సత్యవతీసుతః" అని సాధారణముగ చెప్పెదరు. కొన్ని పురాణములలో గూడ వ్రాయబడినది; కాని పెక్కు పురుషులు భిన్నభిన్న కాలములలో భిన్నభిన్న భాగములను వ్రాసిరనుట స్పష్టము.[11] అట్లనే 'జయ'ను వేదవ్యాసుడు వ్రాసెనను ప్రమాణము భారతములోగాని నింక నెచట లేనందువలన, నిది సందేహాస్పదమై యున్నది.

---

9. K. M. Shembavnekar · Veda Vyasa myth (A· B. O. R. Vol. 27,)

10. A. Weber - The history of Indian literature P. 191 "When as the Ithihasas and Puranas are attributed to a mythical Personage, Vyasa, who is simply (Redaction) personified."

11. కె. వి. లక్ష్మణరావు --అ. వి. స. - 3 అష్టాదశపురాణములు. పుట 1713.

జయ రచన

అన్నిటికంటె మొదటి రూపము 'జయ', యని పలువురు విద్వాంసులు వ్రాసిరి. దీనిలో 8800 శ్లోకములు గలవని, వ్యాస, శుకులకు గాక, ఎవరికి నీ విషయము తెలియదని ఆది పర్వమును బట్టి తెలిసికొనవచ్చును. మహాభాష్యము శుకుని, 'శుకవై యాసకి' అని పేర్కొన్నది. మహాభారతము ప్రథమశ్లోక అంతిమ పాదము లోను (తతోజయ ముదీరయేత్) స్వర్గారోహణ పర్వమున 'జయః' శబ్దము కలదు.[11A] ఇది ప్రక్షిప్తమని, వ్యాస, వైశంపాయనులు 24000, లక్ష శ్లోకముల భారత మహాభారతముల రచించిరని రాజగురు 'హేమరాజ' వ్రాసెను. వ్యాసకృతమగు 'జయ' ఆది పర్వమున గల 'ఉపరిచరుని' కథతో ప్రారంభమై, స్త్రీ పర్వాంతముతో ముగించినట్లు ఆదిపర్వము 61 వ అధ్యాయములోని 'అనుక్రమణిక' వల్ల, స్త్రీ పర్వాంతమునగల ఫలశ్రుతివలన తెలిసికొన

11A. ఆది 1—81, 82 "I know 8800 slokas, so does Suka and perhaps Sanjaya also knows this number." — 62, 19, 20 'This history is called' Jaya !

41 — Rishi Krishna Dwaipayana completed it in three years.

అష్టౌశ్లోకసహస్రాణి అష్టౌశ్లోక శతానిచ
అహంవేద్మిశుకోవేత్తి సంజయోవేత్తి వానవా॥ (ఆది 1—81)
'తతోజయ ముదీరయేత్. (ఆది—ప్రథమశ్లోక అంతిమ పాదము)

స్వర్గారోహణపర్వము—అధ్యా 5 శ్లో 46— "జయోనామేతిహాసోఽయం శ్రోతవ్యోమోక్షమిచ్ఛతా." జయయను పేరుగల ఈయితిహాసమును మోక్షము కోరువారికి వినిపించవలయును.

వచ్చునని పండితులు వ్రాసెరి. ఇచట పాండవులు విజయము పొందిరి.' అను వచనముతో తన ఇతిహాసమును ముగించెను. అట్లయిన చివర ఏడుపర్వములు ప్రక్షిప్తములగును. ఈ 'జయ'కు పూర్వము మరియొక ఇతిహాసములేదు. సీతను గంగాతీర భూము లందు వదలివచ్చుటచేత, రామాయణమునకు 'జయ' (Victory) అను పేరులేదు. 'ఇతిహాసపురాణము' అను పేరు మాత్రము, శతపథబ్రాహ్మణము, తైత్తిరీయ ఆరణ్యకము, 'ఛాందోగ్య ఉపనిషత్తు'లో గాన్పించుచున్నవి. ఇతిహాసము లేక ఇతిహాస పురాణము లేక 'జయ' ఒకటియేయని కొందరి తలంపు. మహాభారతము, అనుక్రమణికాధ్యాయమునుబట్టి కృష్ణద్వైపాయనుడు' యుద్ధానంతరము నిత్యకృత్యము లాచరించుకొనుచు మూడు ఏండ్ల వరకు మహాభారతమును రచించి, కుమారుడైన శుకునితోబాటు, శిష్యులగు పైల, జైమిని, వైశంపాయన, సుమంతులకు, వేదములనేకాకుండా, మహాభారతమునుగూడ చెప్పినట్లు తేలుచున్నది. ఆదిపర్వము 1 వ అధ్యాయమునుబట్టి, భీష్మపర్వమునుబట్టి 'ధృతరాష్ట్రాదులు' చనిపోయిన తర్వాత వ్యాసుడు భారతమును లోకమున వ్యాపించెనని, యుద్ధానంతరము 18 ఏండ్లవరకుగాని, మహాభారతము ప్రకటించబడలేదని తెలియుచున్నది. ఆయనకు కుమారులు గల్గి, పెరిగి, చనిపోవువరకు ప్రకటించలేదని, అనేకమంది ఋషులు, 'జనమేజయుడు' కోరగా, వ్యాసుడు తన శిష్యుడగు 'వైశంపాయనునికి' చెప్పెనని, వైశంపాయనుడు పాడుచుండెనని

మొదట 150 శ్లోకములలో అనుక్రమణిక చెప్పెనని, ప్రథమమున శుకునికి చెప్పెనని వర్తమాన భారతమున ననేకచోట్ల పరస్పర విరుద్ధమగు వ్రాతలు కాన్పించు చున్నవి. ఇంకను కృష్ణద్వైపాయనుడు, జనమేజయుని యజ్ఞములో వైశంపాయనుని భారత కథ వినిపించ వలయునని కోరెనని, గణేశుని వ్రాయుమని వ్యాసుడే కోరెనని, తనకల మాగనిచో నాయన వ్రాయుట కంగీకరించెనని, మహాభారతము తెల్పుచున్నది. 'రాజా రామమోహన రాయలు' భారతములోని ఈ శ్లోకమునుబట్టి, వ్యాసుడు దీనిని చరిత్రగా నమ్మవలదని. తాను ఊహామాత్రముగా వ్రాయుచుంటి నని చెప్పెనని, అందుచే దేశీయులు దీనిని చరిత్రగా నమ్మవలదని వ్రాసెను.

శ్లో॥ లేఖకో భారత స్యాస్య భవత్వం గణనాయక!
మ యైవ ప్రోచ్య మానస్య మనసా కల్పితస్య చ॥

తా॥ "ఓ గణేశా! నీవు ఈ భారత లేఖకుడుగా నుండుము. నేను నా మనసుచేత ఊహించి, దీనిని నీకు, వ్రాయుటకు చెప్పుచున్నాను." దీనినిబట్టి భారతము ఊహామాత్రమైన కథగాగాన్పించుచున్నది. ఎంతవరకు చారిత్రకమో చెప్పుటకుకూడ వీలులేకున్నది. "వేదవ్యాసుడు, తన మనుమడు 'అర్జునుడు' ఖాండవప్రస్థ వనమును దహనముచేసిన తర్వాతనే, వేదములను మండలములుగా విభజించెనని విద్వాంసులు వ్రాసిరి.[12] 'మండపాల' అను బ్రాహ్మ

12. Dr. Sita Nath Pradhan - Chronology of Ancient India P 131. "It will be established afterwards that Veda Vyasa

ఋనికి 'సారంగి' యను శూద్రస్త్రీ వలన, నల్గురు పుత్రులు గల్గిరని వారు బ్రహ్మవేత్తలై వేదమంత్రములకు కర్తలైరని, వారు ద్రోణ, స్తంభమిత్ర, సారిసృక్క, జరితారి" యనుపేర్ల బరగిరని, వీరే ఋగ్వేదములోని 10వ మండలములోని 142వ సూక్తముకు కర్తలని, 'అర్జునుడు' ఖాండవవనము దహనము చేసిన తర్వాత పై నల్గురు సారంగులు, దహనము కాకుండ పారిపోయిరని 'మహాభారతము' తెల్పుచున్నది. (I - 255 - 257 అధ్యా) పై విషయమునుబట్టి, ఋగ్వేదకాలము, మహాభారతములోని కొన్ని సంఘటనల కాలమువరకు వచ్చినదని తెలిసికొనవచ్చును. 'శంతనుడు, దేవాపి' రచించిన మంత్రములుగూడ ఋగ్వేదములో గలవు. 'ఋషి నారాయణుడు' నారదమహర్షికి పురుష సూక్తము నుపదేశించెనని, నైమిశారణ్యములో 'నారదుడు' పై సూక్తమును వేదవ్యాసుని కుపదేశించెనని' వ్యాసు డీ విషయమును భీష్మ, యుధిష్ఠిర, శ్రీకృష్ణుల కుపదేశించెనని మహాభారతము,భాగవతపురాణము తెల్పుచున్నవి. (మ. భా. XII, 346,16,17. భాగX-87,47-48) పురుష సూక్తకాలము క్రీ.పూ. 1150 యని, సారంగులు రచించిన సూక్తకాలము లేక ఖాండవ వన దహనకాలము క్రీ. పూ. 1170 అని 'సీతానాథప్రధాన' అభిప్రాయము. ఈయన తరమునకు 28 సంవత్సరములని గుణించి మహాభారత యుద్ధకాలము

---

compiled and grouped the Vedas after the forest of Khandava prastha was burnt down by this youthful grandson Arjuna Pandava."

క్రీ. పూ. 1150 అని నిర్ధారణచేసెను. ఈ విషయములో మాకుగల సందేహములను ముందు వివరించెదను. భారతయుద్ధ కాలము క్రీ. పూ. 950 యని మా యభిప్రాయము. యుద్ధ కాలమునాటికి అర్జునుడు ఏబది ఏండ్లవాడు అయి ఉండవచ్చునని విద్వాంసుల ఊహ. 'డా. సూక్తాంకర్' యుధిష్ఠిరుడు తన 108 వ ఏట చనిపోయెనని వ్రాసెను.[13] యుద్ధానంతరము యుధిష్ఠిరుడు 20 ఏండ్లు మాత్రమే రాజ్యపాలన చేసెనని కొందరువ్రాసిరి. ఈవ్రాతలన్ని సమన్వయము చేయుట కష్టతరము. 'వేదవ్యాసుడు' భారతయుద్ధానంతరము, ధృతరాష్ట్రుని మరణానంతరము చాలకాలము జీవించెనని మహాభారతమును బట్టి తెలిసికొనవచ్చును. వేదవ్యాసుని వంశవృక్ష మిట్లున్నది. పరాశరుని కుమారుడు వ్యాసుడు-అతనికి పాండు, అతనికి అర్జునుడు, అతనికి అభిమన్యుడు, అతనికి పరీక్షిత్తు, అతనికి జనమేజయుడు కల్గిరి. ఈ 'జనమేజయుని' కోర్కెపైన, భారత కథను వైశంపాయనునికి వ్యాసుడు చెప్పెనని వ్రాయుటచూడగా, వేదవ్యాసుడు దాదాపు 150 ఏండ్లు జీవించినట్లు కాన్పించుచున్నది. దీనిని ధ్రువపరచుటకు, 'జయకర్త' యితడే యనుటకు మహాభారతములోని ఆంతరిక సాక్ష్యముగాక, యితరాధారములు లేవు. మహాభారతమునకు, పురాణమునకు యోగ్యత గల్గుటకు 'జయ' కర్తృత్వము వేదవ్యాసుని కారోపించిరేమోయని ఊహగల్గుచున్నది. లేనిచో బ్రాహ్మణములలోగాని, ఆరణ్యకములలోగాని 'జయ' పారాశర్య వ్యాసునితోబాటు పేర్కొనబడి

13. P. R. Chidambarayyar B A. — A. B. O. R. Vol XXVII

యుండెడిదేయని కొందరి తలంపు. మహాభారతములోనే, వ్యాసుడు క్లుప్తముగాను, వివరముగాను ఈ యితిహాస జ్ఞానమును ప్రకటించెనని వ్రాయబడియున్నది.[14] 'జయ కన్నడభాషలోని కుమార వ్యాసరచితమగు భారతమును బోలియున్నదని యం. రాజారావు వ్రాసెను. (భారతీయ విద్య Vol. X) కాని దీని స్వరూపమేమిటో తెల్పినవారు లేరు. [14A]

భారత రచన

భారతయుద్ధకాలమున 'పరీక్షిత్తు' జననమాయెను. ఈయన రాజ్యమునకు వచ్చిన తర్వాత తక్షక (తక్షశిల) నాగులతో సంతతము యుద్ధములు జరుగుచుండెను. ఒకానొక యుద్ధములో నొక 'తక్షకనాగుడు' 'పరీక్షిత్తు' ను వధించెను. ఈ చారిత్రక సత్యమునే, వృద్ధబ్రాహ్మణుడు నిమ్మపండు తెచ్చుట, అందుండి కృష్ణసర్పము వచ్చి పరీక్షిత్తును కరచుట అను కథగా నల్లిరి. తండ్రిని తక్షక నాగులు చంపుటచేత, 'జనమేజయుడు' ఆగ్రహావేశ పరవశుండై, వారి నగరమునకేగి, సంకులసమరముచేసి, తక్షశిలరాజు నోడించెను. అంతట ఆ రాజు 'జనమేజయునికి'

---

14. M. Bh. I—52 "Vyasa declared the mass of knowledge in both abridged and detailed forms."

14 A. S. N. Tadipatrikar B. A —A. B. O. 1. Vol V and VI— "The existence of as many as 3 recensions of this epic had led to a careful comparison and prof. Winternitz has suggested that the original epic should have Consisted of 6000 Couplets only."

లొంగిపోయెను. ఈ యుద్ధములో జయము గలుగుటచేత, జన జయుడు' సర్పయాగముచేసి, పదంపడి 'అశ్వమేధయా మొనర్చెను. ఐతరేయ బ్రాహ్మణములో, అశ్వమేధయా మొనర్చిన వారిలో నీయన పేరు గలదు. ఈ యాగమున 'వాత్స్య' వచ్చెనని ఆదిపర్వము తెల్పుచున్నది. ఆ యజ్ఞసమం ములో యజ్ఞకర్మల విరమణ కాలమున వేదవ్యాసుని శిష్యుడ వృద్ధుడైన 'వైశంపాయనుడు, వ్యాసాజ్ఞచే పాండవవీరుల కీర్తి ఈ వీరగాథను భారత రూపముగా బాడెను. 'బ్రాహ్మణము కొకింత పూర్వమే యిది జరిగినట్లు కాన్పించు చున్నది. ఇ 'చతుర్వింశతి సాహస్రి' యని మహాభారతము తెల్పుచున్నది.

శ్లో॥ చతుర్వింశతి సాహస్రిం చక్రే భారత సంహితాం
ఉపాఖ్యానైర్వినా తావద్భారతం ప్రోచ్యతే బుధైః॥
(1-1-101

తా॥ మహర్షి వ్యాసుడు 24 వేల భారత సంహిత రచి చెను. ఉపాఖ్యానములు వదలి జ్ఞానులు దీనిని 'భారతము' అ చెప్పుచున్నారు. ఇదియే 24 వేల శ్లోకములు గల భారతము మొదటి 11 పర్వములలో ఉపాఖ్యానములు, భగవద్గీత, ఇత అప్రధాన విషయములుగాక మిగత భాగము 24 వేల శ్లోకము లని, 'అనుక్రమణిక' లోని వాక్యములు సరిపోవునని, శాంతి మున్నగు 7 పర్వములు తర్వాత చేర్చబడినవని పండితులు వ్రాసిన వ్రాత సరిగానే యున్నది.[15] 'వేదవ్యాసుడను పారాశర్యుడు

15. మల్లాది సూర్యనారాయణశాస్త్రి:- సంస్కృత వాఙ్మయ చరిత్ర 1 వ భాగము.

పైల, జైమిని, వైశంపాయన, సుమంతులను శిష్యులకు 4 సంహితల నిచ్చెనని, భాగవతాది పురాణములు చెప్పును. సుమంత, జైమిని, పైల, శుక, వైశంపాయనులకు నాల్గు వేదములు, ఐదవ వేదమగు భారతము వ్యాసు డుపదేశించెనని, వారు భారత సంహితలను వేరువేరుగా ప్రకాశింపచేసిరని, భారతము తెల్పును. ఇవి పరస్పర విరుద్ధములు, అథర్వవేద సంహితను వేదవ్యాసుడు పూర్తిచేసెనను విషయము సందేహాస్పదము. ఆది, సభా, వన, విరాట, ఉద్యోగ, భీష్మ, ద్రోణ, కర్ణ, శల్య, సౌప్తిక, స్త్రీ పర్వములవరకు భారతమని, మొదట నిది 24 వేలు శ్లోకములుగలదని, చెప్పవచ్చును. జనపరంపర ననుసరించి, భారతమునుబట్టి భారత సంపాదకుడు 'వైశంపాయనుడు' అని తెలియుచున్నది. 'అశ్వలాయన గృహ్యాసూత్రములలోగూడ, వైశంపాయనుని 'భారతాచార్య' అని ఉల్లేఖించెను. అర్జునుని ముని మనుమడు, పరీక్షిత్తు కుమారుడు 'జనమేజయుడు' అగుటచేత ఆయన సమకాలీనుడగు 'వైశంపాయనుడు' కూడ మహాభారతయుద్ధ కాలమునుబట్టి క్రీ. పూ. 900 ప్రాంతమున నుండుట నిక్కువము.[16] 'జనమేజయుడు' తన యజ్ఞమునకు 'వాజసనే

16. Hema Chandra Rai –P. H. A. I. P. 52 — If on the other hand, we accept a date for Gunakha Sankhyana, the pupil's pupil of 'Uddalaka' according to the Sankhyana Aranyaka in the 6th century B C. we must place Parikshitha in the 9th century B. C. and Janaka in the 7th century B. C.

యుల బిలిపించెనని, 'వైశంపాయనుడు' సహించ లేక శాపము పెట్టెనని, 'జనమేజయుడు' నాశనమాయెనని, వాయుపురాణము తెల్పుచున్నది. ఈ రాజు రెండవపేరు 'చరకుడు' అని 'పాణిని' "చరక ఇతి వైశంపాయనస్యాఖ్యా" (4–3–104) అని వ్రాసిన వచనమునుబట్టి తెలియుచున్నది. యాజ్ఞవల్క్యమహర్షి ఈయనకు మేనల్లుడు, శిష్యుడు నగుచున్నాడు. శాంతిపర్వము 344–9 ని బట్టి, తిత్తిరి, తైత్తిరి — వైశంపాయనుని పెద్ద యన్నయని, ఈయనకు 83 శాఖలు, కృష్ణయజుర్వేదము తెలియునని ఈయన యుధిష్ఠరుని సభకు వచ్చినట్లు తెలియుచున్నది. జనమేజయ పుత్రుడు 1 వ శతానీకుడు యాజ్ఞవల్క్యుని యొద్ద వేదములు, శౌనకునియొద్ద వేదాంతము నేర్చెను.

'వేదవ్యాసుడు' వైశంపాయనునికి యజుర్వేదము బోధింపుమని చెప్పెనని, ఆయన తన మేనల్లుడగు 'యాజ్ఞవల్క్యవాజసనేయుని'కి చెప్పెనని, ఉభయులకు తగాదావచ్చుటచేత ఆయన దీనిని వదలి తిరిగి 'శుక్లయజుర్వేదము'ను స్వయముగా రచించెనని, దీనికి వాజసనేయ సంహిత'యని పేరుగలదని, వైశంపాయనుడు బోధించినది 'తైత్తిరీయ సంహిత'యని మహాభారతము, వాయుపురాణాదులు తెల్పుచున్నవి.[17] వేదాధ్యయనసంపన్నుడు, ఋషి అయిన 'వైశంపాయనుడు' 24 వేల శ్లోకయుక్త భారతమును ప్రథమముగా జనమేజయునికి బోధించినట్లుతెలియుచున్నది.

---

17. Dr. Sitha Nath Pradhan — Chronology of Ancient India P. 195.

ఇది క్రీ. పూ. 900 ప్రాంతమున జరిగియుండును. వైశంపాయనుడు సందేహములు తీర్చుటచే, అట్లు పెరిగెనని కొందరు వ్రాసిరి. జయ, భారతములు ప్రాగ్బౌద్ధికమేనని 'డా. బేల్ వల్కరు' చెప్పిన యభిప్రాయముతో పలువు రేకీభవించు చున్నారు.

మహాభారత రచన

కురు పాంచాల యుద్ధమునకు సంబంధించిన మొదటి ఇతిహాసము 'జయ' అని, అందలి శ్లోకములు 8800 అని, భారత ప్రమాణమునే నమ్మి, బుహ్లరు, మెక్డనాల్, స్మిత్ మున్నగు విద్వాంసులు, ఇదియే మొదటి ఆవృత్తియని వ్రాసిరి. ఇది నమ్ముట కింకను బలమైన ప్రమాణములు లభింపలేదు. చింతామణి వైద్య ఇందలి శ్లోకములు 10000 అని వ్రాసెను. ఇది భోజరచిత 'సంజీవిని' నామక నాటకమునుబట్టి వ్రాయబడెనని తోచుచున్నది. క్రీ. శ. 1వ శతాబ్దికి 10 వేల శ్లోకములు గల్గియుండెను.[17A] శాంతిపర్వమునుబట్టి వేదములతోబాటు వేదవ్యాసుడు తన కుమారుడగు శుకునికి భారతము కూడ చెప్పుచుండెనని తెలియుచున్నది; కాని 12 వది యగు శాంతిపర్వము మొదలు 18 వది యగు స్వర్గారోహణ పర్వమువరకు భారతాచార్యుడగు 'వైశంపా

17 A - Ind. Ant XXI - p 281 "M. B's 10000 form belongs to the 1st century of our era It originally consisted of only 8800 verses. At last a work of this name and similar extent one lakh verses is already mentioned in an inscription of the second half of the 6th century (Buhler 1897-596)

యనుడు' చెప్పినట్లు కాన్పించదు. అరణ్య, శాంతి, అనుశాసనిక పర్వములు పిమ్మట చేర్చబడినవని పాశ్చాత్య పండితులు, దత్తు, బంకిం చంద్రచటర్జీ, వివేకానంద, వైద్యా, తిలక్, మున్నగు పండితుల అభిప్రాయ మగుచున్నది; కాని 'అరణ్య పర్వము'లోని ఉపాఖ్యానములు, శాంతి, అనుశాసనిక పర్వములు తర్వాతవే అనుటలో సందియములేదు.

ధృతరాష్ట్రునికి సంజయుడు చెప్పినట్లుగా, జనమేజయునికి వైశంపాయనుడు భారత కథను చెప్పెను. తరువాత నైమిశా రణ్యమున కులపతి శౌనకునికి, ఇతర ఋషులకు, 'రోమహర్షుని కుమారుడగు 'ఉగ్రస్రవససౌతి' (సౌతి) 12 ఏండ్ల సత్రయాగ సమయమున, తన తండ్రియొద్ద నేర్చిన 'భారత కథ' ను పెంచి, లక్ష శ్లోకముల మహాభారత కథగా జెప్పియుండెను. ఈయన పురాణ పఠనముకూడ చేసెను. మహాభారతము ఆదిపర్వమును బట్టి (10-26) 'సూత లోమహర్షుని కుమారుడు' సౌతి లేక 'ఉగ్రస్రవసుడు', భారతము పాడుటను తన తండ్రియొద్ద నేర్చెనని తేలుచున్నది. సౌతి యిట్లు చెప్పెను. "నాచేత రచింపబడినవి లక్ష శ్లోకములని ఎఱుంగుడు."(ఆది 1-107) ఇది క్రీ. పూ. 850 వ సంవత్సర ప్రాంతమున జరిగి యుండవచ్చును. 'పారాశర్య వ్యాసుడు' మూల పురాణమును, భారతమును తన సూత శిష్యు డగు రోమహర్షునికి నేర్పినట్లు పురాణములు తెల్పుచున్నవి. 'రోమహర్షుడు' ఆయావృత్తాంతముల సత్రయాగ సమయములలో ఋషులకు బాడి వినిపించుచుండెను. వీనిలో రాజుల, ఋషుల

వంశవృక్షములు గలవు. తర్వాత ఆయా ప్రాంతములలో వాయు, మత్స్య, విష్ణు మున్నగు పురాణములు వెలసినవి. మొదట పురాణములలో సత్యమైన చరిత్రాంశములే యుండెను. ఇవి 1 సర్గ 2 ప్రతి సర్గ 3 వంశ 4 మన్వంతర 5 వంశాను చరిత్రములకు సంబంధించిన విషయములతో విలసిల్లుచుండెడివి. తరువాత క్రమముగా బ్రాహ్మణ మతమునకు సంబంధించిన మతగ్రంథములుగా తయారాయెనని, అన్నిటికంటె విష్ణుపురాణము చక్కగా నుంచబడినదని, విద్వాంసులు వ్రాసిరి.[18] ఇది 'జనమేజయుని' కాలమున రచింపబడెను. పురాతనకాలపు చరిత్రను దెల్పునవే పురాణములు లేక పూర్వపరంపరను జెప్పునుగాన పురాణ మనబడును. మొదట పురాణమొక్కటియే; గ్రంథసంఖ్య కొద్దిగానుండి పిదప వేరువేరు కాలములలో పెరుగుచు వచ్చినదని పురాణములే తెల్పుచున్నవి. భవిష్యత్పురాణము నందలి ఈ శ్లోకమువలన బురాణములన్నియు గలసి మొదట 12000 శ్లోకములుండెనని, ఆ గ్రంథ సంఖ్య క్రమముగ బెరిగెననియు గానవచ్చుచున్నది.[19]

సర్వాణ్యేవ పురాణాని సంక్షేయాని సరర్షథ
ద్వాదశైవ సహస్రాణి ప్రోక్తానీహమనీషిభిః॥

18. R. K. Mukerjee Hindu civilization. p. 147 —Puranas— Yet the Puranas eventually became considerably Brahmanized and utilized for religious purposes. — Of all the Puranas, Vishnu Purana appears to be the best preserved."

19. కె. వి. లక్ష్మణరావు—ఆ. వి. స. 3. అష్టాదశపురాణములు. పుట 1705.

అన్ని పురాణములలోని శ్లోక సంఖ్య నాల్గు లక్షలకు మించినది. ఈ పురాణములలోని చారిత్రక అధ్యాయములన్ని నమ్మదగినవి కావు.[20] "వ్యాసుని కారోపించబడిన ఇతిహాస, పురాణములనుండి, కల్గిన వర్తమాన భారత, రామాయణములు వేదాంగ కాలముననున్న ఒక పురాణమునుండియే కల్గినవి." అని సి. వి. వైద్యా వ్రాసెను. కాని మూలములోని పురాణము తెలియకున్నది.[20A] మహాభారతమును అశ్వమేధయజ్ఞ సమయములో నుపయోగించు ఇతిహాసముగా 'సౌతి' జేసెను. భీష్మపర్వాదిలో వ్యాసుడు ధృతరాష్ట్రునితో రాబోవు మహోపద్రవములను జెప్పి, నీ పుత్రుల, పాండవుల గాథలు శాశ్వతముగా నుండునట్లుచేతునని చెప్పుటచూడ, భారతేతిహాసము చేయు సూచన కాన్పించుచున్నది. నైమిశారణ్యములోనే ఋషులు ద్వాదశ వర్షయాగ మపుడు సూతుని కలియుగ రాజవృత్తాంతముల చెప్పుమని యడిగిరని, సూతుడు తనకు వ్యాసుడుతెల్పిన భవిష్యద్రాజ కథనమను పేరుతో కలియుగ రాజవృత్తాంతము తెల్పెనని, మత్స్య, వాయు. విష్ణు, బ్రహ్మాండ, భాగవత పురాణములు చెప్పుచున్నవి; కాని ఇది

20. Macdonall—The historical chapters of the Puranas are untrustworthy.

20A. C. V. Vaidya — History of Sanskrit literature. p IV —, "The present M. Bh. and Ramayana, developed out of Ithihasa and 18 Puranas, ascribed to Vyasa, evolved out of the one Purana, which existed in the Vedanga period.'

చరిత్రకారులకు నచ్చదు. ఏలనన చరిత్ర యిచట భవిష్యత్తును జెప్పు వేషముగా చెప్పబడినది.[21]

ఈ యాగ మెపుడు జరిగినది? పౌరవరాజు 'అధిసీమ కృష్ణుడు' బార్హద్రధరాజు 'సేనజిత్తు', ఇక్ష్వాకురాజు 'దివాకరుడు' తమతమ రాజ్యముల బాలించునపుడు. దృషద్వతి నదియొడ్డున నైమిశారణ్య ఋషులు, శౌనకుని ఆధిపత్యముక్రింద కురుక్షేత్రము వద్ద సత్రయాగము జరిపిరి. (వాయు- I - I - 11 - 22) 'అధిసీమ కృష్ణుని' 15వ ఏట రాజ్యకాలమున ఈ దీర్ఘసత్ర మారంభమని, తర్వాత 200 ఏండ్లవరకు ఋషులిట్టియాగముల జరుపుచుండిరని ఎరుంగ వచ్చును. ఈ యాగము 2 ఏండ్లు జరిగెనని మత్స్య పురాణము (50 అధ్యా. 56, 72) తెల్పుచున్నది. కొన్నిచోట్ల 12 ఏండ్లని కలదు. ఈ యాగము ఉజ్జయినిరాజు చండప్రద్యోతునికి మగధరాజు బింబిసారునికి 18 తరముల ముందు జరిగెను. కాన 'అధిసీమ కృష్ణుని కాలము' క్రీ. పూ. 850 సంవత్సర ప్రాంత మగుచున్నది. అధిసీమ కృష్ణుని తండ్రి అశ్వమేధదత్తు; ఈయన తండ్రి 1 వ శతానీకుడు; ఈయన తండ్రి జనమేజయుడు. కాన జనమేజయుని అశ్వమేధ యజ్ఞకాలమున భారతమును, ఆయన మునిమనుమడగు అధిసీమ కృష్ణుని కాలమున మహాభారతమును బాడియుండిరి. వైశంపాయన భారతము చెప్పునపుడు, శౌనకాదుల ప్రశ్నలకు జవాబులు చెప్పుటచే, మహాభారత మాయెనని కొందరు వ్రాసిరి. ఈ వైశంపాయన శిష్యులే కథకాలాపులై యుండిరి. ఈ

21. E. J. Rapson - Cambridge History of India-Vol. I-P.303

12 ఏండ్ల యాగమును గూర్చి, మ. భా. శల్యపర్వము 41 అధ్యా. 3 లో గూడ కలదు. ఈ యాగము క్రీ. పూ. 400 లో జరిగెనని 'లాసెన్' (Prof. Lassen) అభిప్రాయపడెను. కాని యిది తప్పుగా కాన్పించును.

ఇక సూత, శౌనకుల గూర్చి తెలిసికొందము. సూతుడు ప్రతిలోమ వివాహమువలన, అనగా క్షత్రియునికి బ్రాహ్మణ స్త్రీ వలన గల్గిన సంతానము[22]. సూతులు రథసారథ్యము చేయుచుండిరి; రాజుల వంశచరిత్రములను గూడ, వందిమాగధులవలె పాడు చుండిరి. కాని వీ రిపుడు కాన్పించరు. రోమహర్షుడు, ఆయన కుమారుడు 'ఉగ్రస్రవసుడు' లేక సౌతి, ఆ కాలమున యాగ సమయములలో మహాభారతమును పురాణములు పాడుచుండిరి. సూతు డనునది జాతివాచకము కాన అనేకమంది సూతులు, అనేక చోట్ల పాడినట్లు, పురాణములు చెప్పినట్లు కాన్పించు చున్నది. వీరికి అర్ఘ్యపాద్యములిచ్చి, గౌరవించి ఋషులు పురాణములను వినుచుండిరని తెలియుచున్నది. శౌనకుని యజ్ఞములో 'రోమహర్షణుడు' పురాణశ్రవణము చేసెనని, తండ్రికుమారునికి పురాణముల చెప్పు పద్ధతి నేర్పెనని వాయుపురాణము (1-1-11-22) తెల్పును.

మహాభారతము పాడిన ఉగ్రస్రవసుని (సౌతి) సమకాలీనుడగు 'కులపతి శౌనకుడెవ్వరు? అనుశాసనిక పర్వము

22. J. W. Hutton - castes in India P. 130.
Ibid - "An ancient caste of charioteers and bards, no longer existing."

30 వ అధ్యాయమునుబట్టి శౌనకుని వంశావళి తెలియుచున్నది. 'వీతహవ్యు'ని కుమారుడు 'గృత్సమదుడు'; ఇతని కొడుకు 'సుచేతుడు'; ఇతని కొడుకు 'వర్చసుడు' అతని వంశమున 'రురువు' ఉదయించెను. 'రురు' పుత్రుడు 'శునకుడు'; ఇతని కొడుకు 'శౌనకుడు' ఇతని కొడుకు మరియొక శౌనకుడు. ఈయన కుమారుడు 'కులపతి శౌనకుడు'. జనమేజయుని పురోహితుడు 'ఇంద్రోతదేవాపి శౌనకుడు';[23] ఈయన కుమారుడు 'దృతి ఐంద్రోత శౌనకుడు'; సౌతి సమకాలీనుడు 'కులపతి శౌనకుడు'గా గాన్పించుచున్నాడు. అశ్వలాయనుని గురువైన శౌనకునికే మహాభారతకథను సౌతి వినిపించెనని 'వీబరు' వ్రాసెను.[24] ఈ సౌతి, వైశంపాయనుని కుమారుడని, ఈయనయే రెండుచోట్ల భారతకథను పాడెనని 'వీబరు' మరల వ్రాసెను. ఒక 'శౌనకుడు' వేదముల సర్వానుక్రమణిక, బృహద్దేవతాది 10 గ్రంథముల రచించెను. శౌనకుడు తన బృహద్దేవతలో 19 చోట్ల యాస్కుని మతమును పేర్కొనెను. 'యాస్కుడు' క్రీ. పూ. 5 వ శతాబ్దిలోని వాడని 'మెక్డనాల్' వ్రాసెను. కాని యిది అనుమానాస్పదము. 'యాస్క, శౌనకులు' సమకాలీనులు అని పండిత భగవద్దత్త వైదిక వాఙ్మయ చరిత్రలో వ్రాసెను. 'బేల్వల్కరు' పాణినికంటె 'యాస్కుడు' క్రీ. పూ. 700 ప్రాంతమువాడని, 'యాస్కుడు'

23. Macdonall and Keith—Vedic Index, P. 272.
Also see Satpatha Brahmana XIII—5, 4, 1.

24. A. Weber—The history of Indian literaturo P. 34.

తన నిరుక్తమును 2500 ఏండ్ల క్రింతము రచించెనని, 'రాప్సను' విద్వాంసుడు వ్రాసెను.[25] కాని 'యాస్కపైంగి' అనువాడు వైశంపాయనుని శిష్యుడగుటచేత, తిత్తిరి గురువగుటచేత ఈయన క్రీ. పూ. 850 ప్రాంతమున నుండవచ్చును. యాస్కుని పేర్కొన్న శౌనకుడు, ఆ ప్రాంతపువాడే కావచ్చును. 'ఋగ్వేద ప్రాతిశాఖ్య' రచించిన శౌనకుడు, సాకల్య, యాజ్ఞవల్క్యులకు సమకాలీనుడు; అధిసీమకృష్ణుని కాలములో నీయన నైమిశారణ్యములో నుండెనని, ఈయనకే 'రోమహర్షణుడు' పురాణములు వినిపించెనని, మత్స్యపురాణము తెల్పును. కాన ఈయన క్రీ.పూ. 850 లో నుండుట నిక్కువము. సౌతి ఈయనకే మహాభారతము వినిపించెను.

వర్తమాన మహాభారతము - వృద్ధి, వికాసము

జయ, భారతము, మహాభారతము అని మూడు ఆవృత్తులను మాత్రమే పండితులు పేర్కొనిరి. 'జయ' ఉన్నచో వర్తమాన మహాభారతము నాల్గవ ఆవృత్తి యని చెప్పవచ్చును. "బహువిధ విషయములచేతను, శైలి సంబంధ తారతమ్యము చేతను,అనేక ఛందోరచనలచేతను, పరంపరాగత వైరభావ సిద్ధాంత ప్రతిపాదనములచేతను, ఇట్టి అన్ని విషయములచేత మహాభారత మూలకథ కాలక్రమమున ననేక మేధావుల పృధగ్విధ కల్పనలచేత నావరింపబడి, ఈ విలక్షణ మిశ్రిత స్వరూపమును జెందినది.

25. E. J. Rapson—Ancient India P. 76 and P. 38.

వర్తమాన స్వరూపము ఏ ఒకవ్యక్తి రచనకాదు: అది భిన్నభిన్న కాలములలోని నిరంతర పరివర్తనముయొక్క ఫలమైయున్నది." అని ఒక విద్వాంసు డుల్లేఖించెను.[26] వర్తమాన మహాభారతము చదివిన ప్రతి వ్యక్తికి యిది భిన్నభిన్న కాలములలోని భిన్నభిన్న రచయితలు వ్రాసిన గ్రంథమని తోచక మానదు. విద్వాంసు లనేకులు ఈ యభిప్రాయమునే వెలిబుచ్చిరి. ఆర్. జి. భాండార్కరు యిట్లు వ్రాసెను. "ఒక మహాభారతము 'పాణిని' అశ్వలాయను లకు పూర్వమున్నను. మనమున్న ఈనాటి గ్రంథము ఆ కాలము నాటిదేనా యని ప్రశ్నించక తప్పదు. భిన్నభిన్న కాలములలో నీ గ్రంథమున కనేకములు చేర్చబడుట సంభవమే. మూల గ్రంథ ములో ననేక ప్రక్షిప్తములు చేరినవి. ఈనాటి దానిలో ఫలాని మాట చేరలేదు అని ఎవరును నిశ్చయముగా చెప్పజాలరు."[27] 'రాప్సను' యిట్లు వ్రాసెను. "ఈ యితిహాసము ఒకని చేతకాని, ఒకకాలమున గాని వ్రాయబడినదికాక, అనేక మందిచేత, అనేక కాలములలో వ్రాయబడినది. ఒకడుగానే వ్యవహరించుచు వచ్చిన పురోహితుడు, రాజుల వందిమాగధుడు, రాజచరిత్రమును జెప్పు వాడు, అగు ఈయనచే చెప్పబడిన చారిత్రకగాథ"[28]

26. Vedavyas M. A-History of Sanskrit Literature P. 205 (Hindi)

27. R. G. Bhandarkar—Early History of the Deccan P. 8.

28. E J. Rapson—Cambridge History of India—P. 267
"The Epic was composed not by one person, nor even by one generation, but by several; it is primarily the

'కె.యమ్. మున్షి' యిట్లు వ్రాసెను. "మహాభారతము భిన్న భిన్న కాలముల నాటి రచన; ఇందులో చేరిన చాల భాగములు నిన్న మొన్న చేర్చబడినవే. అందుచేత వేరు వేరు కథా బీజముల విమర్శనా దృష్టితో, కాల నిర్ణయముతో సహా ఋజువు చేయవలసిన అవసరమెంతైన గలదు. పాండవులు, కౌరవులను ఊహామాత్రపు వ్యక్తులకు అన్ని సంఘటనములు అంటగట్టబడినవి."[29] మరియొక విద్వాంసు డిట్లు వ్రాసెను. "వర్తమాన మహాభారతములోని విషయములు మూల భారతములోని విషయముల కేవిధముగాను సరిపోవు అని ఊహించబడుచున్నది—ఈనాటి సంస్కరణములోని విజయము పొందిన వీరులు, ఆ కాలమునాటి వీరులు కారు. మొత్తము కృతియంత సమగ్రముగా, పాత్రలనుమార్చుచు చేసిన సంస్కరణము."[30] ఈశ్వరీప్రసాదు యిట్లు వ్రాసెను. "వాస్తవముగా మహాభారతము అనేకమంది రచయితలచేత వ్రాయబడిన గ్రంథము. క్రీ. పూ. 700 — క్రీ. పూ. 200 వరకు దీని

---

story of an historic incident told by the glorifier of kings, the domestic priest and the bard, who are often one."

29. K. M. Munshi—Bharathiya Vidya Vol. I—P. 255.

30. Indian Antiquary—Vol XXI — P 281 "It has ever been conjectured that the existing contents of the M. Bh. in no way conform to those of the poem in its original form—that the victors in the present recension were not the primitive victors—but that there has been a secondary recasting of the whole work in favour of the former, by which the roles have been interchanged."

రచనా కాలము."[31] 'తాడపత్రికర్' అను విద్వాంసుడు 'మూల రామాయణమునుగూర్చి వ్రాయుచు, 'దీని సోదరి మహాభారతము వలె రామాయణము, పురాణములుకూడ, అనేకప్రక్షిప్త భాగముల కలయికతో నున్నదని వ్రాసెను. దీని నందరు అంగీకరించినదే. జాకోబి, యితర విద్వాంసులు ఋజువు చేసినట్లు, రామాయణము లోని ప్రథమ, అంతిమ కాండములు తరువాతచేర్చిన భాగములుగా గాన్పించు చున్నవి." అని వ్రాసెను.[31A] రామాయణమునకు వ్యాఖ్యయగు 'తిలక్' అను గ్రంథమున మూల రామాయణము లోని 2 శ్లోకములు కాన్పించుచున్నవి.

"ఇదంపవిత్రం పాపఘ్నంఇత్యాది జనశ్చశూద్రోఽపి మహత్వ మీయాత్ ఇత్యంత శ్లోకైః — స్పష్ట ముక్తైవక్ష్యమాణ త్వాత్॥ శృణ్వన్ రామాయణం భక్త్యయః పాదపదమేవ వా సయతి బ్రహ్మణః స్థానం బ్రహ్మణాపూజ్యతేసదా। ఇతిమూల రామాయణ వచనేన॥" 'అత్రైవ, మూల రామాయణ'

అను పదములవలన గ్రంథకర్తకు రెండు ఆవృత్తులు తెలియునని, రెంటినుండి ఉదాహరించగలడని, క్రీ. శ. 13 వ శతాబ్దిలో రెండు

---

31. Ishwary prasad — New History of India—P 42. "In reality, however, the M. Bh. is the composition of a number of poets and the period of its composition probably ranged from B. C. 700 to B C. 200."

31A.— S. N. Tadpatrikar B. A—A B. O. 1. Vol V and VI—P. 67. Mula Ramayana.

రూపములుగలవని, స్పష్టమగుచున్నదని, 'తాడపత్రికర్' వ్రాసెను. ఇది సత్యమే.

వృద్ధి - వికాసము

మూలములో 'జయ' 8800 శ్లోకములు గల్గియున్నదని అది వ్యాస రచితమని ఆదిపర్వము తెల్పుచున్నది. (I—81) తరువాత వైశంపాయనుడు 24 వేలుగాను, సౌతి లక్ష శ్లోకముల ఇతిహాసముగాను చేసెను. (శతసాహస్రిసంహితాప్) ఈప్రకారము మూలకథ యుద్ధమునకు సంబంధించినంతవరకు $\frac{1}{4}$ వంతువరకు మాత్రమేకలదని, మిగత $\frac{3}{4}$ వ వంతు మూలకథకు సంబంధము లేని కల్పిత గాథగానున్నదని 'వీబరు' వ్రాసెను.[32] "మహాభారతములోని 'హరివంశము' తో గలిపి లక్షపదివేల శ్లోకములు గలవని, మొత్తముమీద $\frac{4}{5}$ వంతు కలుపబడిన దనుటలో సందియములేదు' అని 'స్మిత్' వ్రాసెను. ఇది 'ఆల్బరూని' నాటికే కలదు. పై విషయములు సత్యముగానేయున్నవి. 'సౌతి' లక్ష శ్లోకములు చెప్పగా, వర్తమాన మహాభారతములో లక్షయిరువది వేల శ్లోకములుగలవు. 18 పర్వముల తర్వాత 'హరివంశ— విష్ణు—భవిష్యత్' అను మూడు పర్వములు అనుబంధముగా చేర్చబడినవి. ఈ మూడు ఖిలసంజ్ఞితములు. ఆది పర్వములోని ద్వితీయాధ్యాయమునుబట్టి వ్యాసప్రోక్తములు మొత్తము 100 అని, సూత పుత్రుడు రోమహర్షణికి నైమిశారణ్యములో జెప్పినది 18 పర్వ

32 A Weber—History of Indian literature—P. 187.

ములేనని, తెలియుచున్నది. ఈ 18 పర్వములలోని శ్లోకములు, ఒక దేశప్రతికి మరియొక దేశప్రతికి సంబంధములేదు. నన్నయ భట్టు చూచినదానిలో 100700 శ్లోకములుండెను. కొన్నిటిలో 107390 కలవు. కొన్నిటిలో 84770, 84836, బొంబాయి భారతములో 95826 శ్లోకములు, కొన్నింటిలో 99057 శ్లోకములు గలవు. ఇందేది సత్యమైనదో తెలిసికొనుట కష్టము. 'అక్షయ కుమారదేవి' ఆదిపర్వము, హరివంశము నిశ్చయముగా తర్వాత రచనలే యనెను.[33] 'భగవద్గీత' హర్షుని ఆస్థానకవి బాణుని కాలమున మహాభారతమున జేర్చబడినదని 'మాక్డనాల్' వ్రాసెను.[34] క్రీ. శ. 6, 7 శతాబ్దములలో 'సిలరంతుని' కాలమున 47 శ్లోకములుగల ఒక అధ్యాయమంత చేర్చబడినదని, 'శంకరుడు' వ్యాఖ్యానించిన ఒక వృత్తాంతమును బట్టి విదితమగుచున్నది.[35]

"అప్పటి భారత మిప్పటి దానికంటె మిక్కిలి చిన్నదై యుండవనోవు, వాసుదేవ, అర్జున (4-3-98) అంధక, వృష్ణి, కురు (4-1-114) ద్రోణ (4-1-103) కుంతి (4-1-176) పాణినీయమునందుండుటచే నప్పటికి భారత కథలు వ్యాపించె ననుట

33. A. K. Devi— A History of Indian Literature. "It seems the Adi Parva and certainly Hari Vamsa, are later compilations, for there are numerous repetetions and exaggerations in the Adi Parva."

34. A. A. Macdonall – A History of Sanskrit literature P. 288 "We also know that in Bana's time the Bhagavad-gita was included in the great epic.'

35. A. Weber—History of Indian literature P. 188 Foot note

స్పష్టము." అని కె. వి. లక్ష్మణరావు వ్రాసెను.[36] పై విద్వాంసుల వ్రాతలు సత్యములుగానే యున్నవి.

ఇంకను రామాయణములోని కొన్ని భాగములు మహాభారతములో జేర్చబడినవి. బాలకాండ 14 వ సర్గ, మహాభారతములోని అశ్వమేధ పర్వములోని ధర్మరాజాశ్వమేధవర్ణనమే. అయోధ్యాకాండ 110 వ సర్గ, భారతములోని సభాపర్వములోని 5 వ అధ్యాయమే.[36A] సుందరకాండ 15 వ సర్గలోని సీతాదేవి వర్ణన, అరణ్య పర్వములోని దమయంతీ వర్ణనమే. ఇట్టి వనేకములు గలవు.

'పునహా' లోని భాండార్కరు ప్రాక్పరిశోధక సంఘము వారు 'ఆదిపర్వము' లోని 121 దీర్ఘమగు శ్లోకభాగములను అందులో నొకటి 160 పంక్తులు గల దానిని, 1634 చిన్న శ్లోక భాగములను క్రీ. శ. 13, 14 శతాబ్దములనాటి మహాభారతముల బరిశీలించి ప్రక్షిప్తములని తొలగించిరి. పర్వసంగ్రహామునుబట్టి ఆదిపర్వ శ్లోకములు 7984 అని తెలుసు. ఇట్లనే 'వనపర్వ'

36. కె. వి. లక్ష్మణరావు—ఆ. వి. స. 3 సం - పుట 1729.

36A. C. V. Vaidya—The riddle of the Ramayana P. 22. "Now the present edition of the Ramayana was copied from M. Bh, a whole chapter word for word. For, where as that chapter fits in properly with the context in the M. Bh; it is an intolerable interpolation in the Ramayana, canto 100 of Ayodhya Kanda is the same as Chapter 5 of Sabhaparva and treats of the duties of a king and the appliances of a good Govt."

పరిశోధన చేయుచు, కలకత్తా ప్రతిలో 12848 ఉండగా, దక్షిణ దేశప్రతిలో 11056 శ్లోకము లుండుట గమనించిరి. 14 పూర్ణ అధ్యాయములు, దక్షిణమున లేనివి ఉత్తరదేశ ప్రతులలో గలవు. 31 దీర్ఘ శ్లోకములు తొలగించి, 16 ఉపపర్వములు, 299 అధ్యాయములు గలవని నిర్ణయించిరి. అర్జున ఊర్వశీకథ, విష్ణువు నరకాసురుని వధించుట, వరహావతారంబున భూమి నెత్తుట, యుధిష్ఠిరుని దగ్గరకు దుర్వాసుడు వచ్చుట, మున్నగునవి ప్రక్షిప్తములు. తరువాత రచించిన పురాణగాథల నుండి అనేకము లెత్తి వ్రాయబడినవి. 'ఉత్తరగీత' యనునది 'మహాభారతము' లో లేనే లేదు. 'ఆదిపర్వము అనుక్రమణిక' లో భగవద్గీత పేరులేదు. ఈ విధముగా ననేకములు కాలానుసారము చేర్చబడినవి. 'విరాట పర్వము' లో 1834 శ్లోకము లున్నవి. ఇందులోని 300 మాత్రమే మూల భారతములోనివి. 1178 ప్రక్షిప్త శ్లోకములు, 62 దీర్ఘమగు శ్లోకభాగములు పరిమితా చేర్చబడినవని తేల్చిరి. ఉద్యోగపర్వమును కూడ పరిశోధించిరి. ఇందు 595 ప్రక్షిప్త శ్లోకములు, 14 దీర్ఘ శ్లోకముల తొలగించిరి; దీనిలో ఉండవలసినవి 6063 శ్లోకములు, 197 అధ్యాయములని తేల్చివైచిరి.

సభాపర్వములో పర్వసంగ్రహమునుబట్టి 2511 శ్లోకము లుండవలయును. పరిశోధక సంస్థవారు 2390 శ్లోకములని తేల్చిరి. కొన్నిటిలో ఉండవలసిన వానికంటె 2000 శ్లోకము లధికముగా నున్నవి. దుశ్శాసనుడు వస్త్రము లూడదీయునపుడు ద్రౌపది

కృష్ణుని ప్రార్థించెనని చెప్పు భాగము, కుంతి పాండవుల నుండి సెలవు తీసికొని పోయిన భాగము, ప్రక్షిప్తములుగా తేల్చివేయ బడినవి. ఈ ప్రకారము మహాభారతమంత పరిశోధించి, వేలకు వేలు ప్రక్షిప్తముల తొలగించిరి.

'మెక్డనాల్'అను విద్వాంసుడుకూడ మొత్తము గ్రంథములో నితిహాసభాగముగా నున్న ⅕ వంతు, నీతిబోధలు, ఉపదేశభాగము లతో విపరీతముగా పెరిగిపోయి, చిట్టచివరకు ఇతిహాస స్వరూపమే మారిపోయి, నయవిద్యాసంబంధమగు విజ్ఞాన సర్వస్వముగా తయారాయెను," అని అభిప్రాయ మొసంగెను[36B]. ఇది సత్యము గానే యున్నది. 'విలియమ్సు' కూడ ఈనాటి మహాభారతము, మూలభారతము కాదని ఉల్లేఖించెను.[36C] ఇది సత్యమే. "యుద్ధమునకు సంబంధించిన మూలకథనుండి, నిశ్చితమైన ఒకరూపము దాల్చుటకు, అనేక తరములు గడచియుండును." అని 'వీబరు' వచించెను.[36D]

36B. A. A. Macdonall — A History of Sanskrit literature P. 282. "Its epic kernel, more-over, which forms once about $\frac{1}{5}$ of the whole work, has become so overgrown with didactic matter, that in its final shape, it is not an epic at all, but an Encyclopaedia of moral teaching'

36C. Sir M. M. Williams — Indian wisdom P. 370. "The work as we now possess it, cannot possibly be regarded as representing the original form of the poem.''

36D. A. Weber — The History of Indian Literature P. 187.

ఇది యిట్లుండగా, మహాభారతములో వ్యాసుడు చెప్పినవి 60 లక్షల శ్లోకములని, అందు దేవతలకు 30 లక్షలు, పితృలకు 15 లక్షలు, గంధర్వులకు 14 లక్షలు, మనుష్య లోకములో 1 లక్ష యొసంగెనని యొకచోట, వైశంపాయనుడు లక్ష పాడెనని యొక చోట, సౌతికూడ లక్షపాడెనని, 4 వేదములు ఒకవైపు భారతము మరియొకవైపు పెట్టగా, భారతమువైపు మొగ్గగా దీనిని "మహా భారతము" అనిరని యొకచోట వ్రాయబడినది. (ఆది - 1-104, 106, 268, 269) ఇంకను మరియొకచోట వ్యాసుడు 60 లక్షలు చెప్పెనని, వానిని నారదుడు దేవలోకమున, అసితుడు పితృలోకమున, శుకుడు, రాక్షస, యక్షలోకమున, 'వైశంపాయనుడు' మనుష్యలోకమున ప్రచారము చేసెనని, వ్రాయబడియున్నది. ఈ విధముగా వ్రాసిన వ్రాతలు చారిత్రక సత్యములు కాజాలవు. "పూర్వాచార పరాయణుడగు హిందువు. మహాభారతమును సత్యమగు చరిత్రయని అంగీకరించునని, హిందూమత ధర్మములోనే చారిత్రక భావము లేదని, భారతదేశములో క్రీ. శ. 1000 కి పూర్వము సమకాలీన చరిత్ర వ్రాయు కళ లేనేలేదని," విద్వాంసులు వ్రాసిరి.[37] ఇది సత్యమే.

37. Ency. Brit – Vol. XII – P. 183 – "But before A. D. 1000 the art of contemporary narrative hardly existed in India 'The historical sense is not a feature of Hinduism, and while the orthodox Hindu takes no account of millenia, he accepts the Maha Bharatha as authentic history."

వ్యాసుడు భారతకథ వ్యాప్తికి శిష్యులగు 'వైశంపాయన, సుమంతు, జైమిని, పైల, శుకులకు చెప్పెనని (అధ్యా 63-89) వారిని భారతాచార్య యందురని కొన్ని గ్రంథములు తెల్పుచున్నవి. అశ్వలాయన గృహ్యాసూత్రములలో 'వైశంపాయనుని' భారతాచార్య' యని పిల్చెను. దయానంద సరస్వతి యిట్లు వ్రాసెను. "ఈ సంగతి భోజుడు వ్రాసిన 'సంజీవినీ' నామక ఇతిహాసములో వ్రాసెను. దానిలో స్పష్టముగా వ్యాసుడు 4400, వాని శిష్యులు 5600 మొత్తము పదివేల శ్లోకములతో భారతము రచించిరి. అది 'మహారాజ విక్రమాదిత్య' సమయములో 20 వేలు ఆయెను. భోజమహారాజిట్లు చెప్పెను. "నా తండ్రి సమయములో 25 వేలు, ఇపుడు నా సగము వయస్సులో 30 వేల శ్లోకయుక్త మహాభారత గ్రంథము లభించును. ఇట్లు వృద్ధిపొంది చో ఒక ఒంటె బరువగును." (పై గ్రంథము 'గ్వాలియరు' రాజ్యములో 'భిండ' నామక నగరములో 'తివాడీ' బ్రాహ్మణుని యింటిలో నున్నది. దీనిని "లక్నో రావుసాహేబు, ఆయన గుమాస్తా 'రామదయాళు చౌవే' స్వయముగా జూచిరి.)

ఈ కథ చారిత్రకసత్యము కాజాలదు; ఏలనన 'భోజ మహారాజు' క్రీ. శ. 1018—1060 మధ్య రాజ్యమేలెను; అనగా నన్నయభట్టుకు సమకాలీన మగుచున్నది. అప్పటికే 'మహాభారతము' లక్ష శ్లోకముల ఇతిహాసముగా ప్రచారములో నుండెను. అల్బెరూనికూడ లక్ష శ్లోకముల యితిహాసమును హరివంశముతో

బాటు పేర్కొనెను.[38] విక్రమాదిత్య మహారాజు కాలమును జూచెదమా, అది క్రీ. శ. 375-413 అగుచున్నది. అప్పటికే లక్ష శ్లోకముల యితిహాసము భారత భూమిలో గలదనుటకు విదేశీయ యాత్రికుల వ్రాతలు గలవు. కాంభోజాది దేశములలో మహాభారత ప్రచార మప్పటికే కలదు. భూదానములలో గూడ నీ కృతి పలుతావుల లక్ష శ్లోకముల ఇతిహాసముగా బేర్కొన బడినది. [39]కాన దయానందుని వ్రాత చారిత్రక సత్యము కాదేమో యని తోచుచున్నది. పై సంజీవినీ నామక ఇతిహాసమును జూచియే కాబోలు, 'లక్ష్మణరాయ ధీమణి' హిందూ మహాయుగము' లో మొదట భారతములో 5000 శ్లోకములు మాత్రముగలవని వ్రాసెను.

ఇంకను హోల్ట్జమన్ (Holtzmann)'లుడ్విగ్'(Ludnig) 'దాహల్మన్' (Dahlmann) జాకోబి (Zac. bi) వాన్ష్రోల్డర్ (Von Schrolder) హాప్కిన్సు (Hopkins) మెక్డనాల్ (Macdonall) సి. వి. వైద్యా (C. V. Vaidya) హాప్కిన్సు (Hopkins) భారతము పుట్టుక, వృద్ధి వికాసముల గూర్చి ఉల్లే

38. Dr. Edward C. Sachua Alberuni's India—P 132.
"The book has 10000 slokas in 18 parts, each of which is called parvan.— These 18 parts are followed by another one which is called 'Harivamsa parvan' which contains the traditions, relating to Vasudeva."

39. C. V. Vaidya—History of Sanskrit literature P. 9.
"Land grant of 462 A. D—that epic 400 A. D. was practically of exactly the same length as given in Adiparva."

ఖించిరని 'యన్. జె. శెండె' అను విద్వాంసుడు వ్రాసెను. (A. B. O. R—Vol. 24-P. 17) ఈ వ్రాత సత్యమే.

సీతానాథ తత్వభూషణ, కృష్ణ చరిత్రములో వ్యాసరచిత మగు 8800 శ్లోకములుగల 'జయ' గాక, 4 ఆవృత్తుల జెందెనని అవి వరుసగా I. 24000 II. 84836 III. 100000 IV. 107390 శ్లోకములు గల గ్రంథము లాయెనని వ్రాసెను. (Krishna and the Puranas P. 30)

ఋషులు సత్యవ్రతులే

ఈ విధముగా కురుపాంచాలుర సంబంధమగు చరిత్ర, అభూత కల్పనలతో, అస్వాభావిక విషయములతో, కట్టు కథలతో నిండిపోయినది. భారతీయ పండితులు ప్రక్షిప్త భాగములను జేర్పుటలో బేర్గాంచినవారు. ఋషినిర్మితమగు వేదసంహితలు బ్రాహ్మణారణ్యకములు మాత్రము వీరి కలవికాలేదు. అనేకములగు ఉపనిషత్తులు, సూత్రములు, ఇతిహాసములు, పురాణములు, ఉపపురాణములు, స్మృతులుమున్నగాగల అన్ని గ్రంథములలోను, ముద్రణాయంత్రములు వచ్చువరకు స్వేచ్ఛగా ఎవరి యిష్టానుసారము వారు చేర్చివైచిరి. 'భవిష్యత్పురాణములో' 'వికటావతి' (విక్టోరియారాణి) వరకు చేర్చిరి. అందుచే నివియన్ని 'పోపుల' నిర్మితములని 'దయానంద సరస్వతి' ఆక్షేపించెను. ఆయన యిట్లు లిఖించెను. "ఋషులు విద్వాంసులును, శాస్త్రవేత్తలును, ధర్మాత్ములు నయియున్నారు; కాబట్టి ఋషి ప్రణీత గ్రంథములనే చదువ

వలయును. ఋషులు కానివారు పక్షపాతసహితమగు నాత్మలు కలిగి అల్ప శాస్త్రములను జదివియుండినారు. కాబట్టి వారు రచించిన గ్రంథములును అట్టులేయుండును; కనుక వానిని జదువ గూడదు.” ఇట్లనే “తంత్రగ్రంథములు, పురాణములు, ఉప పురాణములు, తులసీదాసకృతరామాయణాది భాషాగ్రంథములు, ఇవి యన్నియు గపోలకల్పిత మిథ్యాగ్రంథములు.”[40] అని వ్రాసెను. బహుభాగమిది సత్యముగానేయున్నది. ‘డిగాల్లు స్టీవార్డు’ కూడ యివియన్ని పురోహితవర్గమువారి కృత్రిమ గ్రంథజాలమని ఆక్షేపించెను.

‘ఏకంసత్, విప్రాబహుధావదంతి’ అని ఉపదేశించిన ఋషి సత్తములు, యుగయుగములు స్మరింపదగిన బ్రహ్మచర్యవ్రత ప్రభావమును బోధించిన జితేంద్రియులు, యోగాభ్యాసముచేత ఓజఃశక్తిని బొంది ప్రబలధారణాశక్తిని సంపాదించి, బుద్ధిప్రతిభ గల్గి, సత్యవ్రత సంపన్నులైన ఋషులు, అసత్య చరిత్రల వ్రాయ బోరు. స్వార్థపరులు వ్రాసిన అనేక గ్రంథములను ఇంద్రియ నిగ్రహ సంపన్నులగు ఋషుల కృతులని చెప్పుట పాడికాదు. సభాపర్వము, 11 వ అధ్యాయములో నారదుడిట్లు చెప్పెననికలదు. “మనోనిగ్రహము బొందిన 80000 ఋషులను, సంతానముబొందిన 50000 మంది ఋషులను, నే నచట చూచితిని.” విచిత్రమైన వారి జననవృత్తాంతముల గూఢ మర్మము లేకుండ, దాచకుండ వ్రాయుటచూడగా, మహాత్ములగు ఋషులు సత్యవ్రతులని స్పష్ట

40. దయానందసరస్వతి—సత్యార్థప్రకాశిక—తృతీయసముల్లాసము.

మగుచున్నది. ఈక్రింది విషయములు చూడుడు. విశ్వామిత్రుని ప్రోత్సాహముచేత 'సుదాసుడు' వశిష్ఠుని కుమారుడగు 'శక్తిని' యుద్ధభూమిలో వధించెను. శక్తి భార్య 'అదృశ్యాంతి' భర్త మరణానంతరము మరియొకని వివాహమాడగా 'పరాశరుడు' గల్గెను. దుష్యంతుని కుమారుడు 'భరతుడు'; ఈయనపేరుతోనే భరతవర్షమని పేరు వచ్చినదని కొందరి తలంపు. ఈ భరతునికి మువ్వురు భార్యలుగలరు. వారికి తొమ్మండ్రుగురు పుత్రులు గల్గిరి. ఈ భార్యలు తమ బిడ్డల నందరిని, వధించివేసిరి. అందుచేత 'భరతుడు' 'అంగీరసవిధాదితభారద్వాజుని' పెంచుకొనెను. భరతుని భార్యలు తమ బిడ్డల నెందుకు వధించిరి? ఈకారణముకూడ మర్మములేకుండ ఋషులు సత్యముగా వ్రాసిరి. ఈ 'భరద్వాజు'ని తండ్రి 'ఉచాధ్యుడు'; తల్లి 'మమత'. ఈమె కొన్ని కారణముల వలన 'బృహస్పతిని' వివాహమ్మాడి, ఆయన వలన భరద్వాజుని గనెను. తలిదండ్రు లిరువురు వదలగా, మరుత్తు లీయనను బెంచిరి. అంగరాజు, అను వంశజుడగు 'వాలి'; ఈయన భార్య సుధేష్ణ; వీరికి చాలకాలమువరకు సంతానములేదు. భర్త 'దీర్ఘతమసు' అను ఋషిని వివాహమాడి సంతానముగనుమని చెప్పెనని, ఆమె ఆ పద్ధతి కంగీకరించక 'ఉషీజా' యను దాసిని బంపెనని ఆమెవల్ల 'కక్షీవంతుడు, చక్షుష' గల్గిరని, తర్వాత 'సుధేష్ణకు' 'దీర్ఘతమస్సు' వలన "అంగ, వంగ, సుమ్మ, పుండ్ర, కళింగ" యను బిడ్డలు గల్గిరని, ఋషిప్రోక్త గ్రంథముల్లే తెల్పుచున్నవి. కుంతికి గల్గిన సంతానవృత్తాంతము, వేదవ్యాసుని

జననవృత్తాంతము సత్యములనుటలో సందియము లేదు. ఇట్టి రహస్యముల బయటపెట్టిన మన ఆర్యఋషు లసత్యవంతులా?

'భగవాన్ బుద్ధుడు' కూడ బ్రాహ్మణులను సంబోధించుచు, వారి పూర్వజులు ఋషులని చెప్పెను. (బ్రాహ్మణోంకాపూర్వజ్ ఋషి-మజ్జిమ నికాయము 2-5-5, 9.) 'ఋషియనగా మంత్రార్థము నెరింగినవాడని, బోధాయన ధర్మసూత్ర వ్యాఖ్యాత' గోవిందస్వామి, 'ఋషిర్మంత్రార్థజ్ఞః' అని వ్రాసెను. 'శాంతరక్షిత' అను బౌద్ధ పండితుడు తన 'తత్వ సంగ్రహము'లో నిట్లువ్రాసెను. "భగవాన్ బుద్ధు డిట్లు చెప్పెను. ఓ ఆనందా! వారు పురాతన మహర్షులు', వీరే వేదములు చేసిరి; మంత్రములు ప్రవృత్తము చేసిరి."

బుద్ధుడు కూడ గొప్ప యోగిసత్తముడు. ఆయన స్వయముగా జెప్పిన సూక్తములలో నెచట పొల్లునకైన యసత్యము రాదు. జైనయోగులు కూడ నిట్టివారే. అందుచేత ప్రాచీన చరిత్ర తెలిసికొనుటకు బౌద్ధ, జైనుల పవిత్ర గ్రంథజాలము మిగుల నుపయుక్తమై యున్నవి. పరిశోధించినవారి కిందు అమూల్యమైన విషయములు లభ్యమగుచున్నవి. బ్రహ్మవేత్తలు లేక బ్రాహ్మణులు అయిన యోగులనుగూర్చి, అలెగ్జాండరుకు దండమీసు'కు జరిగిన సంవాదమును గ్రీకు లేఖకుడు 'అరియన్' వ్రాయుచు అలెగ్జాండరిచ్చు ధర్మములు నిరుపయోగములని, బ్రాహ్మణులకు స్వర్ణమన్న ప్రేమగాని, మృత్యువన్న భయముగాని లేదనిచెప్పెను. (Indika - Frag XLV—The gifts he promises, are all things to me utterly useless—The Brahmins neither love gold nor fear death.) ఇట్టివారే ఋషులు"

పండితులు చేర్చిన ప్రక్షిప్త భాగములవలన భారతీయ చరిత్ర చాలభాగము అడుగున బడిపోయినది. 'స్మిత్' 'మెకాలే' మున్నగు చరిత్రకారు లిందుచేతనే మనల నాక్షేపించిరి. 'హిందీకవి చాంద్ వరదాయ్' వ్రాసిన గ్రంథము 'పృథ్వీరాజ రాసో' లో మొదట 5000 పద్యము లుండెను. తరువాత నది లక్ష యిరువది ఐదువేల పద్యములుగా మార్చబడెను. మూల వ్రాత ప్రతి ఇప్పటికిని కవి వంశీకునియొద్ద నేటికిని జోధపూరు 'సంస్థానములో నొకని యింట నున్నది. ఇదికూడ భారతమువలె పెంచబడి, అనేక అవతారము లెత్తి, చివరకీ రూపము దాల్చెను. పై గ్రంథపు వ్రాత ప్రతిని జూచి,'స్మిత్' దానినిగూర్చి వ్రాసెను. ఇట్లు ప్రక్షిప్తము లనంతము లుగానున్న కారణమున, ఏ గ్రంథ కాలనిర్ణయము, ఏరాజు, ఋషి కాలనిర్ణయము చేయవలెనన్నను చరిత్రకారు డనేక కష్టములకు గురికావలసి వచ్చుచున్నది. తల బ్రద్దలై పోవుచున్నది. 'వీబరు' విద్వాంసు డందుచేతనే 'ప్రాచీన భారతీయ కాలనిర్ణయ పట్టిక' మిగుల హీనస్థితిలో నున్నదని, విసిగి, వేసారి చెప్పెను.[41] నివురు గప్పిన నిప్పువలె, మరుగునఉన్న సత్యమగు చరిత్రలు చాల కష్టముతో వెలికి దీయవలసి వచ్చుచున్నది; కాలనిర్ణయము సరిలేకున్నది. యుగములతో ముడివేయటము తప్ప, మనవారికి యితర సాధనము కాన్పించదు. అందుచేతనే 'విట్ని' (Whitney)

41. A. A. Weber—History of Indian Literature P. 224

భారతీయ వాఙ్మయ చరిత్రలోని తేదీలన్నీ, మరల మరల నటు నిటు దొర్లించబడు గుండుసూదులని పేర్కొనెను.[42] ఇది సత్యమే.

మహాభారత రచనాకాలము - బాహ్యప్రమాణములు

ఏ గ్రంథము కాలనిర్ణయము చేయవలెనన్న అంతరిక, బాహ్యప్రమాణముల చేత దానిని చేయవలసియున్నది. ప్రస్తుతము బాహ్య ప్రమాణములచేత మహాభారత కాల నిర్ణయమును జేయుదము.

1. అశ్వలాయనుడు తన గృహ్య సూత్రములలో (III–4) "సుమంతు–జైమిని–వైశంపాయన–పైల–సూత్ర–భారత–మహాభారత–ధర్మాచార్యాః" అని వ్రాసెను. సూత్ర–భారత మధ్య 'భాష్య' అను పదముంచపలయునని, ఇతర వ్రాతప్రతులలో నట్లున్నదని 'వీబరు' పండితుడు వ్రాసెను; రాజారావు దీనిని ఉదాహరించుచు 'భాష్య' వాడెను.[43] కాని ఈ శ్లోకమే ప్రక్షిప్త మని అభిప్రాయ మొసంగెను. ప్రక్షిప్తముకాదని మా యభిప్రాయము. ఏ విద్వాంసుడు దీనిని ప్రక్షిప్తమని వ్రాయలేదు. 'వ్యాస పారాశర్య, వైశంపాయనుల పేర్లు' తైత్తిరీయ ఆరణ్యకములో గాన్పించుచున్నవి. 'పాణిని' అష్టాధ్యాయిలో 'వైశంపాయనుని'

42. W. D. Whitney—(America,—Indian Antiquary XXVII)- "All dates given in Indian literary history are pins set up to be bowled down again."

43. M. Rajarao—Bharatiya Vidya Vol X.

పేర్కొనెను. ఈ యిరువురికి భారత కర్తృత్వముతో సంబంధము గలదని పలువురు విద్వాంసులు వ్రాసిరి. పై సూత్రమునుబట్టి అశ్వలాయనునికి పూర్వమే భారత, మహాభారతములు రెండు కలవని స్పష్టపడుచున్నది. 'అశ్వలాయనుడు' 'శౌనకుని' శిష్యుడని 'వీబరు' అంగీకరించెను. శౌనకుని శిష్యుడే అశ్వలాయనుడని, షడ్గురు శిష్యుడు తన 'సర్వానుక్రమణికావృత్తికా' భూమికలో వ్రాసెను. తన సూత్రముల యంతములో నొకచోట 'నమః శౌనకాయ, నమః శౌనకాయ' యని వ్రాసియుండెనని వైదిక వాఙ్మయ చరిత్రకర్త 'పండిత భగవద్దత్త వ్రాసెను. (Also see H. S. L. by Macdonall. P. 249) ఈయనకూడ, 'అశ్వలాయనుడు' శౌనకుని శిష్యుడనియే అంగీకరించెను. శౌనక శిష్యుడు, కాత్యాయనుడు, నాల్గు వేదములపై తన గ్రంథములను వ్రాసెను. ఇతని 'ఋగ్వేదసర్వానుక్రమణిక' ప్రసిద్ధమైనది. ఈయనకే 'వరరుచి' యని, పారస్కరుడని పేర్లుగలవు. ఈ 'కాత్యాయనుడు' పాణిని సమకాలీనుడు. మహాపద్మనందుని రాజ్యకాలములోని వాడు. ఈ విషయము ఒక విద్వాంసు డిట్లు వ్రాసెను. "గుణాఢ్యునిచే చెప్పబడిన చంద్రగుప్తగాథ యిట్లున్నది. వర్షుని శిష్యుడును, పాణిని, కాత్యాయనుడు, వరరుచి, వ్యాడి సహాధ్యాయుడునైన 'ఇంద్రదత్తుడు' గలరు. గురువాయనను విశేష మొత్తమును గురుదక్షిణగా నిమ్మని యడిగెను. అంత టాయన 99 కోట్ల బంగారు నాణెములుగల అయోధ్యపాలకుడు 'నంద'యొద్ద కేగెను;

కాని ఆయన అపుడే చనిపోయెను."[44] దీనినిబట్టి 'అశ్వలాయనుడు' పాణిని సమకాలీనుడని తెలుచున్నది. కాని ఈ బృహత్కథ ప్రమాణము ఎంతవరకు సత్యమో తెలియకున్నది.

పాశ్చాత్య విద్వాంసులు క్రీ. పూ. 3—7 శతాబ్దుల మధ్య నెపుడో 'అశ్వలాయను' డుండవలెనని వ్రాసిరి. ఐతరేయ ఆరణ్యకములో 4, 5 ఆరణ్యకములు, అశ్వలాయన, శౌనకరచితములు. శౌనకుడు ఋగ్వేద సంబంధమగు పది గ్రంథములను వ్రాసెను. 'వైశంపాయనో మహాభారతాచార్యః' అని అశ్వలాయనుడు వాడియుండుట చేత 'మహాభారత రచనము' అశ్వలాయనునికి పూర్వమే జరిగియుండెననుట స్పష్టము; కాని ఈ అశ్వలాయను డెవరై యుండనోపు అను సందియము తెగలేదు. 'వైద్యా', అశ్వలాయన గృహ్యా సూత్రములు (క్రీ.పూ. 100) భారతము, మహాభారతముల పేర్కొనెనని, ఇది సౌతిచేత క్రీ. పూ. 250 లో ఈ నాటి మహాభారతముగా విస్తరించబడెనని వ్రాసెను.[45] కాని యిది తప్పుగా గాన్పించుచున్నది.

'పాంమరంగ వామనకాణే' తన ధర్మశాస్త్రేతిహాసములో క్రీ. పూ. 600—300 మధ్య ధర్మసూత్రకాలమని, బుద్ధ సమకాలీను

44. K. G. Sankar—A. B O R I Vol XII—P. 313.

45. C. V Vaidya — History of Sanskrit Literature P. 4. "Aswalayana Grihya Sutra (100 B. C) mentions distinctly 2 works 'Bharatha and Mahabharatha'. This was enlarged by Sauti into the present Mahabharatha about 250 B.C."

డగు 'అశ్వలాయనుడు' కల్పసూత్ర కర్తయనెను. బౌద్ధుల పిటకత్రయములోని 'సూత్రపిటకము' లోనిదగు మజ్ఝిమనికాయము' లో 'అశ్వలాయన సుత్తాంతము' లో (2-5-3) నిట్లు వ్రాయబడినది. "గౌతముడు శ్రావస్తిలో జేతవనములో విహరించునపుడు 'అశ్వలాయన' నామక తరుణబ్రాహ్మణ విద్యార్థి వచ్చెను. ఈయన కల్ప, శిక్ష, మూడు వేదములు, ఇతిహాసవేదము మున్నగు వానిలో ప్రవీణుడై యుండెను." ఈయనయే 'గృహ్యాసూత్రకర్త' కావచ్చునని 'కాణే' అభిప్రాయము; కాని శౌనక, అశ్వలాయన, కాత్యాయన, పాణిని, పింగళాదులందరు సమకాలీనులేయగుటచేత, సూత్రకాలము క్రీ. పూ. 600-200 అని బహు విద్వాంసుల యభిప్రాయమగుటచేత, ఈ మధ్య ఎప్పుడో అశ్వలాయను డుండుట నిక్కువము. ఈ 'శౌనకుడు' నైమిశారణ్యములో యజ్ఞముచేసి, సౌతిచేత మహాభారతము చెప్పించినవాడయినచో, క్రీ. పూ. 850 వాడగుట నిశ్చయము. ఈయన శిష్యుడైన 'అశ్వలాయనుడు' కూడ అప్పటివాడే యగును; కాని సూత్రకాలము అంతప్రాచీనమా యని సందేహము గల్గుచున్నది. ఎట్లయిన క్రీ. పూ. 5వ శతాబ్దికి పూర్వము మహాభారతరచన జరిగియుండవలెను. క్రీ. పూ. 6, 7 శతాబ్దములలోని 'ఆపస్తంబుడు', తన గ్రంథములో ఒకటి, రెండు చోట్ల 'ఇతిహాసము' అని పేర్కొనెను. ఇది 'భారతము' కావచ్చును. ఈయన కాలములో భారతముండుట నిక్కువము.

2. పాణిని కాలమందు 'మహాభారత'ముండెను. (VI-2-38, IV-3-98, VI-3-75) పాణిని దీనిని పేర్కొనెను; కాని యిది

యితిహాసనామముగా బేర్కొనలేదని, మహాజాబాలవలె, భరతులలో ప్రత్యేక ప్రాధాన్యతగల వ్యక్తి పేరని, 'వీబరు' అభిప్రాయ పడెను; కాని ఈ యభిప్రాయము తప్పుగా గాన్పించుచున్నది. మహాభారత కథకు సంబంధించిన యనేక నామములు యుధిష్ఠర, హస్తినాపుర, వాసుదేవ, అర్జున (4-3-98) అంధక, వృష్ణి, కురు (4-1-114) ద్రోణ (4-1-103) కుంతి (4-1-176) పదముల పాణిని వాడెను; కాన ఆ కాలమున భారతకథలు వ్యాప్తిలోనుండుట నిక్కువము. 'పాణిని' కాలమునుగూర్చి విచారించెదము.

'యస్కాదిభ్యోగోత్రే' (2-4-63) అని వాడినందువలన యాస్కుని వేదవ్యాఖ్యా నిరూపమైన నిరుక్తము పాణిని నాటికి కలదని విద్వాంసులువ్రాయుచున్నారు.[46] కాన పాణిని, యాస్కుల కంటె తరువాత వాడగుట స్పష్టము. 'మాక్సుముల్లరు,' పాణిని కాలము క్రీ.పూ. 350 అనెను. గోల్డుస్టకరు, భాండార్కరులు, క్రీ. పూ. 600 అనిరి. 'బెల్‌వెల్‌కర్' క్రీ. పూ. 700 అనెను. 'కుంటె' పాణిని కాలము క్రీ. పూ. 800 అనెను; ఇంకను పూర్వు డని కొందరు వ్రాసిరి. "'పాణిని' బుద్ధునికంటె పూర్వుడనుటకు సందేహములేదు." అని లక్ష్మణరావు వ్రాసెను. 'వైయాకరణ పాణిని' క్రీ. పూ. 366—338 వరకు రాజ్యమేలిన 'మహాపద్మ నందుని' కాలమున నుండెనని 'ఆర్యమంజుశ్రీ మూలకల్పమును' బట్టి తేలుచున్నదని శ్రీకాశీప్రసాదు జయస్వాలు వ్రాసెను.

46. కె. వి, లక్ష్మణరావు—ఆ. వి. స. 3 సం-పుట 1729.

శ్లో॥ వరరుచిర్నామ విఖ్యాత। అతిరాగో అభూత్ తదా (433)
నియతంశ్రావకే బోధౌ। తస్యరాజ్ఞో భవిష్యతి
తాస్యాత్యంతమః సఖ్యః పాణినిర్నామ మాణవః (437)

దీనినిబట్టి 'మహాపద్మనందునికి' 'వరరుచి' నామక మంత్రియందు గాఢమగు అనురాగము కలదని, వాని రెండవ మిత్రుడు 'పాణిని' నామక మాణవుడని తేటతెల్లమగు చున్నది. కాన సూత్రకాల మధ్యలో దాదాపు క్రీ. పూ. 350 ప్రాంతమున నుండవచ్చును. అప్పటికి 'మహాభారతరచన' జరిగియుండవచ్చును. 'హాప్కిన్స్' కూడ 'పాణిని' కాలమున మహాభారతము కలదని వ్రానెను. పాణిని భారతము, మహాభారతముల నెరింగియుండెను. పాణిని విరుద్ధ ప్రయోగములుండుటచే పాణినికి పూర్వమే మహాభారతము గలదనుట స్పష్టము.

3. మహాభారతములోని కొన్ని పేర్లు జాతక కథలలో గాన్పించుచున్నది. పాండవుల కథ 'కునాలజాతకము' లో భిన్నముగా నున్నది. ఇందు పంచపాండవుల పేర్లు కాన్పించుచున్నవి. వీరు తక్షశిలలో జదివిరని, దేశాటనముచేయుచు 'కాశీ' నగరమునకు వచ్చిరని యున్నది. భారతయుద్ధముకాని, పాండవులకు వాసుదేవ కృష్ణునితోగల సంబంధముగాని పేర్కొనబడలేదు. 'ఘటజాతకము'లో 'కన్హా, కంస' అను పేర్లు కాన్పించుచున్నవి. వాసుదేవుడే కన్హా (కృష్ణ) యగుచున్నాడు. డా. రాయచౌదరి, ఛాందోగ్య ఉపనిషత్తు, పాణిని అష్టాధ్యాయి, మెగస్థనీసు ఇండికా,

జైనుల ఉత్తరాధ్యయన సూత్రము, ఘట జాతకము, పాతంజలి మహాభాష్యము, మహాభారతము, పురాణములు—వీని యన్నిటిలో వర్ణించబడిన 'కృష్ణుడు' ఒక్కడేయని యభిప్రాయ మొసంగెను. మాక్సుముల్లరు, మెక్డనాల్, కీత్ భిన్నులని వ్రాసిరి. 'విదురుని' పేరుకూడ కాన్పించుచున్నది. కురుపాంచాల శబ్దము కూడ కలదు. 'జాతక కథలు' క్రీ. పూ. 3 వ శతాబ్ది ప్రాంతపు రచనలు అగుటచేత, అంతకుపూర్వమే మహాభారత రచన జరిగి యుండవలెను. 'వింటర్నిట్జ్' తన 'హైందవవాఙ్మయ చరిత్ర'లో జాతక కథలు, ఇతిహాసములు రెండు నొకే కాలమునకు జెంది యుండవచ్చునని యభిప్రాయ మొసంగెను.

4. 'మెగస్థనీసు' అను గ్రీకు రాయబారి (క్రీ. పూ. 302) చంద్రగుప్తుని కాలమున భారతవర్షమునకు వచ్చెను. ఈయన భారత భూమిలో గొంత కాలముండి, తాను చూచిన, విన్న వానిని గూర్చి 'ఇండికా' యను పేరున ఉల్లేఖించెను. దీనినిబట్టి, అప్పటికె భారత కథలు కొన్ని వ్యాప్తిలో నున్నట్లు కాన్పించుచున్నది. 'హెరకిల్సు' కుమార్తె 'పాండ్య' దక్షిణ దేశములోని యొక గొప్ప రాజ్యమునకు రాణియని, అచటనే ముత్యములు లభించునని పైలేఖకుడు వ్రాసెను.[47] 'అరియన్' వ్రాత ప్రకారము, 'హెరకిల్సును' రెండు గొప్ప నగరములు మధుర, క్లైయిస్ బోరా కలిగిన 'శౌరసేను'లను స్వతంత్ర ప్రజలు పూజించుచుండిరని తెలియు

47. Megasthenese Indika-FragLVI—translated by Mccrindle·

చున్నది.[48] ఈ 'హెరకిల్సు' కృష్ణుడో బలరాముడో, ఇయ్యైఉండ వలెను. పర్వతములలో నివసించువారు 'డయొనిసస్'ను (శివుని) మైదానములలోనివారు 'హెరకిల్సు'ను పూజింతురని పై లేఖకుడు వ్రాసెను. (స్ట్రాబో 15—1—59) అవతార కథనము, మూర్తి పూజ మున్నగున వన్ని బౌద్ధ మతోదయమైన తర్వాతనే, 'మహాభారతములో' వెలసినవి; కాన మెగస్థనీసు' కాలమునాటికి మహాభారతము ప్రచారములో నుండవచ్చును. అందుచే క్రీ. పూ. 3 వ శతాబ్దికి పూర్వమే యగుచున్నది. మహాభారతమును గూర్చి 'ఇండికా'లో లేనందువలన, అప్పటికి మహాభారతము లేదని, మెగస్థనీసు కాలమునకు క్రిసోస్టము (Chrysostom) కాలమునకు మధ్య దీని రచన యని 'వీబరు' అభిప్రాయపడెను. పాణిని, అశ్వలాయనులు మెగస్థనీసుకు పూర్వులేకదా ! వారే పేర్కొనగా, మెగస్థనీసు ఉదాహరించనందు వలన అప్పటికి లేకుండునా ? అదియునుగాక, 'ఇండికా' లోని భాగములు మనకు సమగ్రముగా లభించలేదు; చాల భాగములు ఖిలమైపోయినవి. ఖిలమైపోయిన భాగములలో నెచట మహాభారతమును గూర్చి చెప్పబడినదో, మనమిపుడు చెప్పజాలము. మనకు లభ్యమైన భాగములో మహాభారత ప్రశంస లేనందు వలన, 'మెగస్థనీసు' కాలమునాటికి మహాభారతములేదని 'వీబరు'

---

48 Megasthenese Indika-Frag VIII—translated by Mccrindle Also see J. W. Mccrindle—India of Arrian Vol. V. P 89 and 161.

అభిప్రాయపడుట బాగుగాలేదు. క్రీ. పూ. 4 వ శతాబ్దము నాటిదని 'ఆర్. జి. భండార్కరు' మున్నగు విద్వాంసులచేత నంగీకరించ బడిన, బౌద్ధగ్రంథము 'నిద్దేశ'లో 'వాసుదేవ' పూజ పేర్కొన బడినది. అప్పటికె మహాభారత కథలు, అవతార కథనము, పూజ, జనసామాన్యములో వ్యాప్తి గల్గియుండుట నిక్కువము. అంతకు పూర్వము ఆర్య ఋషులు పూజ, యజ్ఞములద్వారా జరుపు చుండిరి. తర్వాత బౌద్ధులను జూచి హిందువులు మందిర నిర్మా ణము, మూర్తి పూజచేయసాగి, వాని కనుగుణ్యముగా గ్రంథముల రచింపసాగిరి.

5 'బార్హుతు' స్థూపము మీద నుండు చిత్రపు పనులలో ననేక కట్టుకథలు, అనేక కథల శీర్షికలు చెక్కబడియున్నవి. ఇవియన్ని క్రీ. పూ. 3 వ శతాబ్దమునాటివి. ఈ కల్పిత కథలన్ని ప్రాచీనమైన మహాభారతములో గాన్పించు చున్నవి. కాన ఆ స్థూప నిర్మాణ కాలమునాటికి మహాభారత రచన జరిగియుండ వలయును.[49]

6. క్రీ. పూ. 200 నాటి 'గోసుండి' శాసనము, 'సంకర్షణ, వాసుదేవుల' ప్రార్థనాలయములకుచుట్టు ఒక గోడను నిర్మాణము చేసినట్లు, తెల్పుచున్నది. (S. M. Tadpatrikar M. A— Krishna - P 4.) అప్పటికే మహాభారత కథ పూర్తియై యుండ వలయును.

---

49. A. A. Macdonall—India's past. P 117.

7. పాణిని సూత్రములపై, 'మహాభాష్యము' వ్రాసిన 'పాతంజలి', 'వాసుదేవుడు' క్షత్రియుడు కాడని, ధ్యానించబడు వ్యక్తియని నుడివెను. 'శాకటాయనుడు' కృష్ణుని వీరుడనెను. పాణిని మహాపురుష డనెను. 'పాతంజలి' (క్రీ. పూ. 150) నాటికి కృష్ణు డవతార మూర్తి యని పూజించసాగిరి. 'రాజావసు' కాలమున (క్రీ. పూ. 1 వ శతాబ్ది) కృష్ణుడు మహాపురుషుడని మరచి, యవతార మూర్తిగా పూజింపసాగిరి. ఇది 'మహాభారత' ప్రభావమే. కృష్ణ, పాండవుల ప్రశంస, కృష్ణుడు కంసుని చంపుట, మున్నగు మహాభారత కథకు సంబంధించిన విషయములేకాక దానిలోని శ్లోకపాదములు కూడ పాతంజలికృత మహాభాష్యములో గలవని విద్వాంసులు కనిపెట్టిరి. ఆ పాదములను గూడ గుర్తించిరి. అందుచేత క్రీ.పూ. 150కి పూర్వమే 'మహాభారత' రచన జరిగి యుండవలయును. 'పాతంజలి, పాణినివలె, మహాభారతము నెరుంగును.' (Keith - classical Sanskrit Literature P 13—And like Panini, he (Patanjali) most clearly knows the Bharata epic.) అని 'కీత్' వ్రాసెను. పాతంజలి తన భాష్యములో (IV-1-4) భీమ, నకుల, సహదేవ, కురుల పేర్కొనెను. ఈయన కాలమున 'మహాభారతము' వర్ధిల్లుచుండెననుట స్పష్టము.

8. గ్రీకులేఖకుడు, యాత్రికుడు క్రీ. శ. 50 లో జన్మించినవాడు, అగు 'డయన్ క్రిసోస్టోమస్' ట్రాజన్ చక్రవర్తిచే నాదరింపబడెను. ఈయన క్రీ. శ. 80వ సంవత్సర ప్రాంతములో

భారత వర్షములోని 'పాండ్య దేశము'నకు వచ్చి, ఇట్లుల్లేఖించెను. "హోమరు పద్యకావ్యము భారతీయులచే పాడబడుచుండెను; వారు దానిని వారి భాషలోనికి, వారి భావపద్ధతుల కనుగుణ్యముగా భాషాంతరీకరణము చేసికొనిరి."[50] పాప మీ గ్రీకు లేఖకునికి మనకొక 'మహాభారతము'న్న విషయమే తెలియదు. అందుచేత తన దేశములోని 'హోమరు' నే ఈ దేశీయులు అనువదించి చదువు కొందురని తలంచెను. ఆయన ఈ దేశము వచ్చిననాటికి 'మహాభారతము'ను పౌరాణికులు, చదువుచుండి ఉండవచ్చును. అందుచే అప్పటికి 100000 శ్లోకముల మహాభారతము ప్రచార ములో నున్నదని నిశ్చయముగా జెప్పవచ్చును.

9. అధికాంశము భాసునియొక్క నాటకములకు కథాబీజము 'మహాభారతము నుండియే కైకొనబడినది. ఈ నాటకములలో నితని కల్పనాశక్తి, రమణీయత ప్రశంసనీయమైనది. ఈ 'భాసుడు' అశ్వఘోషునికి, 'కాళిదాసు'కు మధ్య కాలములోని వాడని,

50. H. G. Rawilson — Intercourse between India and the western world P 169. Dion chrisostomos —"It is said that the poetry of Homer is sung by the Indians, who had translated it into their own language and modes of expression." Also see Satis Chandra Vidyabhushan M·A—History of India (1915) C.V. Vaidya—H. S. L. —P 9 "Greek traveller Dion Chrisostomos, who visited the Pandya country about 50 A. D. said that there was in India an Iliad of one lakh of verses. The reference is to M. Bh. Also see Sir M. M. Williams - Indian wisdom- P 313, A.Weber—The History of Indian Literature P 188.

ప్రాయశః క్రీ. శ. 3వ శతాబ్దములో నుండవచ్చునని, 'మెక్డనాల్' వ్రాసెను. ఈ విషయము సత్యముగానే కాన్పించు చున్నది. ఈ కారణముచేత క్రీ. శ. 3 వ శతాబ్దినాటికి, మహాభారతము భారతదేశమున ప్రచారములోనున్నదని చెప్పవచ్చును. క్రీ.శ.125-151 వరకు రాజ్యపాలనచేసిన కనిష్కుని ఆస్థానములోనున్న 'అశ్వఘోషుడు' అను బౌద్ధ విద్వాంసుడు, 'సౌందరనందము' వ్రాసిన కవి, హరివంశములోని, భీష్మ ఉగ్రాయుధులకు సంబంధించిన కథను బేర్కొని యుండుటచేత, అశ్వఘోషుని కాలమునాటికి, మహాభారతము, హరివంశముతోబాటు చాలవరకు పూర్తియైనట్లు ఊహించవచ్చును. "భగవద్గీతా ప్రభావము అశ్వఘోషుని రచనలలో గాన్పించుచున్నదని, సధర్మపుండరీకములోని బౌద్ధుల నీతి ధర్మబోధలు భగవద్గీత ననుసరించియే వ్రాయబడినవని, "సంపత్కుమార' వ్రాసెనుకాని, సధర్మపుండరీకమును, అశ్వఘోషుని బోధలను జూచియే, వీరి యనంతరము 'భగవద్గీత' క్రీ. శ. 4 వ శతాబ్దములో గుప్తరాజుల రాజ్యకాలమున లేక బాణునికాలమున రచింపబడెనని మా యూహ. మహాయాన బౌద్ధమతమునకు సంబంధించిన సధర్మపుండరీకము క్రీ. శ. 200 నాటిది. ఈ గ్రంథములో బుద్ధుడు యోగిగాక, దేవదేవుడని, మృత్యు రహితుడని, అనేక యుగములు జీవించునని, ప్రతివారు సత్కార్యాచరణ, చేయుచు నీతిజీవనము నవలంబించిన బుద్ధుడగునని వ్రాయబడినది. బౌద్ధుల కిది చాల ముఖ్యగ్రంథము. భక్తిమార్గమును బోధించును. ఇది గీర్వాణిభాషలో వ్రాయబడినది. అశ్వఘోషుడు బుద్ధచరిత్ర,

సౌందరనందము, సారిపుత్రప్రకరణము అను నాటకము రచించెను. 'వజ్రసూచికోపనిషత్తు' ఇతని రచనయేయని యందురు. 'వీబరు' దీనిని 1859లో ముద్రించెను. ఇందు జాతిభేదము ఖండింపబడినది. 'సారిపుత్రప్రకరణము' లో, సారిపుత్రుడు, 'ముద్గల్యాయనుడు' అను ఇరువురు బౌద్ధమతములో నెట్లు చేరినది వ్రాయబడినది. బుద్ధుని దమ్మపదము, అశ్వఘోషుని కృతుల అనంతరమే భగవద్గీత రచనయని మా యూహ. బుద్ధ చరిత్ర 12 వ అశ్వాసము లోని 'ఆరాదకాలాముని' తత్వబోధ, మహాభారతములోని సాంఖ్యయోగమును బోలియున్నది. అందుచేత 'అశ్వఘోషుడు' మహాభారతమును జదివియే యుండవలెను. అశ్వఘోషుని రచనలబట్టి, 'బుద్ధభక్తి'ని అతడు వ్యాప్తిచేసినట్లు స్పష్టమగుచున్నది. ఈ కాలమున మహాభారతము గలదనుట స్పష్టము.

10. 'కౌటిలీయార్థశాస్త్రము' లో దుర్యోధనుని లోభబుద్ధి చేత, నష్టము పొందినట్లుగా గ్రంథకర్త వర్ణించెను. కాన 'కౌటిలీయార్థశాస్త్ర కాలమునాటికి మహాభారతముండవలెను. ఈకౌటిల్యుడు చంద్రగుప్తుని మంత్రియైయుండి, అర్థశాస్త్ర రచనముచేసియున్నచో, మహాభారతములోని దుర్యోధనాదుల వర్ణించుట చేత, మహాభారతము క్రీ. పూ. 4 వ శతాబ్దికి పూర్వమగుట నిశ్చయము; కాని క్రీ. శ. 1 వ శతాబ్దిలో వాడుకలోనున్న 'సిలోను' పేరు 'పరేశముద్ర' యని వాడుట, (పలిసముండుకుతుల్యము) క్రీస్తు పూర్వము రాజభాష సంస్కృతముకాకపోయినను, అర్థశాస్త్రములో

రాజభాష సంస్కృతమని, ప్రాకృతముకాదని యుండుట, చీన పట్టాయని పేర్కొనబడుట, క్రీ. శ. 2 వ శతాబ్దిలోని 'ఉషవ దత్తుని' 'నాసికశాసనము' లో వర్ణింపబడిన వాణిజ్య సంఘములు, బ్యాంకింగు వ్యవహారము లుండుట, 'దీనార' యని వాడబడుట ఇత్యాది కారణములచేత 'కీత్. మెక్డనాల్, వింటర్నిట్జ్' మున్నగు విద్వాంసులు, అర్థశాస్త్రము క్రీ. శ. 2, 3 శతాబ్దములలోనిదని. అది 'చాణక్య' రచితమేకాదని, కౌటిలీయ శాఖలోని మరియొక 'కౌటిల్య'రచితమని యభిప్రాయ మొసంగిరి. కీత్ యిదిక్రీస్తుశకానంతరము, క్రీ.శ. 570 కి ముందు రచన యనెను. అర్థశాస్త్ర వ్రాతప్రతి సంపాదించి ప్రచురించిన డాక్టరు శ్యామశాస్త్రి క్రీ.శ. 4వ శతాబ్దిలో దీని రచన యనెను. అదియునుగాక 'జాలి' యను విద్వాంసుడు, కౌటిల్యుడను పేరే కల్పిత పురుషుడని యభిప్రాయ మొసంగెను. 'కాశీ హిందూవిశ్వవిద్యాలయ అధ్యాపకుడు' ఇందు 'లేఖ్యారూఢన శాసనములు, రాజకీయ పత్రములు, అనుజ్ఞా పత్రములు మున్నగు వానిని గూర్చి ఉండుటచేత, మాళ్వరాజులను హూణు లెదుర్కొని నపుడు అనగా క్రీ.శ. 480-510 కాలమునాటిదనెను.[51] హేమచంద్ర రాయ్‌చౌదరి కూడ, చీనాపట్టాయనునది, 'నాగార్జునకొండ' శాసనములకు ముందులేదని, ఇందు పేర్కొనబడిన 'దీనారియములు' క్రీ. శ. 2 వ శతాబ్దిని, గుప్తరాజుల కాలమున గలవని, ఇందు

51. Pran Nath Bose—Indian Antiquary L X—P 121. "The Artha Sastra was compiled between 484 — 510 or 528 A. D. when the kings of Malwa were exposed to attack by the Cruel Hunas."

ఆర్థిక, సైనిక, రాజకీయ సంఘముల, కాంభోజ, సౌరాష్ట్రి మున్నగు చోట్లగల వానిని పేర్కొనెనని, అందుచేత క్రీస్తుశకము నకు తరువాతదని అభిప్రాయ మొనంగెను.

అర్థశాస్త్రములో నందుల, మౌర్యుల, చంద్రగుప్తుని గూర్చి అప్పటి పరిస్థితులంగూర్చి ఎచట కాన్పించవు. గ్రంథకర్తపేరు చాణక్యుడు అనికాని, విష్ణుగుప్తుడనికాని ఎచటనులేదు. పాతంజలి మహాభాష్యము, కౌటిల్యునిగూర్చి ఒక్క వాక్యముకూడ వ్రాయ లేదు. అందుచే నిది క్రీ. శ. 200 కు పూర్వపు రచనకాదని, 'మెక్డనాల్' అభిప్రాయ మొసంగెను.[52] డా. శ్యామశాస్త్రి దీనిని ముద్రించెను. ఈ గ్రంథమునుజూచి, ఈ గ్రంథముపై వ్రాసిన విద్వాంసుల యభిప్రాయములను జూచితిని. క్రీ.శ. 5 వ శతాబ్దము నాటి రచనయేయని నాకు అభిప్రాయము గల్గినది. మహాభారతము లోని పాత్రలను బేర్కొన్న కారణమున, క్రీ. శ. 5వ శతాబ్దినాటికి మహాభారతము గలదని చెప్పవచ్చును.

11. శాసనములు— క్రీ. శ. 5 వ శతాబ్దమునాటి తామ్ర శాసనముల వలన కూడ, అప్పటికి 'మహాభారతము' నిండు రూపములో ప్రచారములో గలదని నిరూపించవచ్చును. క్రీ. శ. 492-3 నాటి, 495-6 నాటి, మరిరెండు తామ్రశాసనములలో, మహాభారతము పేర్కొనబడినది. క్రీ. శ. 532-3 నాటి తామ్ర శాసనములో ఈ క్రింది మాటలు గలవు. "అందరికంటె గొప్ప

52. A. A Macdonall—India's past P 170—Keith—Classical Sanskrit Literature. P 98.

ఋషి, వ్యాసుడు, వేదవ్యాసుడు, పరాశరుని కుమారుడు. లక్ష శ్లోకములుగల మహాభారతము రచించెనని, ప్రకటించబడినది.[53]" (శత సాహస్రి సంహిత) దీనిని బట్టి క్రీ. శ. 5 వ శతాబ్ది నాటికి హరివంశముతో గలసి 18 పర్వములు గల్గియుండెనని చెప్పవచ్చును. ఇది అప్పటికి ధర్మశాస్త్రము లేక స్మృతిగా గొనియాడబడుచుండెను. 'హాల్ట్జమన్' అను విద్వాంసుడు ఈ కృతి క్రీ. శ. 900 తర్వాత ధర్మశాస్త్రముగా పరిగణింప బడుచుండెనని వ్రాసిన వ్రాత సరిగా లేదని, మెక్డనాల్ వ్రాసెను.[54]

క్రీ. శ. 600 నాటి 'కాంభోజ' దేశములోని శాసనము వలన, మహాభారత ప్రతులు, రామాయణము, పేరు తెలియని ఒక పురాణము అచట ఒక దేవాలయమునకు, బహూకృతి చేయబడినట్టులు, అచటి ధర్మకర్త శాశ్వతముగా నిత్యపారాయణ కేర్పాటు చేసినట్లు తెలియుచున్నది, లక్ష శ్లోకముల మహాభారతమును జదివినందులకు, భూదాన మివ్వబడినట్లు కొన్ని శాసనములు తెల్పుచున్నవని కొందరు విద్వాంసులు వ్రాసిరి.[55] పైన పేర్కొన్న క్రీ. శ. 532 నాటి తామ్రశాసనము, సర్వనాథలోని 'ఖోహ' గ్రామమునకు జెందిన తామ్రశాసనమై యున్నది. దీనిని హాప్కిన్సు (Hopkins) కూడ ఉదాహరించి యుండెను.[56]

53. Dr. Fleet's early Gupta inscriptions. Nos. 26, 27, 28, 30 and 31.Also quoted by R.G.Bhandarkar – A peep into the early history of India—P 67.
54. A. Macdonall—H. S. L. P 288
55. A. K. Devi—H. S. L P. 153
56. Hopkins—Great epic of India P 387

12. క్రీ. శ. 600 మొదలు 1100 మధ్య కాలములోని సంస్కృత గ్రంథకర్తలు తమకు గావలసిన విషయముల ఆధ్యాత్మిక ఉన్నతి, పుణ్యలాభము గల్గించు మహాభారతము నుండియే గ్రహించి, గ్రంథముల రచించిరి. క్రీ. శ. 7 వ శతాబ్దములోని 'వాసవదత్త కర్త' 'సుబంధుడు', ఆయన తరువాత వాడగు 'బాణుడు', హర్షుని ఆస్థానకవి, హరివంశముతో బాటు మహాభారతములోని 18 పర్వముల జదివి, గ్రంథములను రచించిరని, 'మాక్డనాల్' వ్రాసెను. ఉజ్జయినినగరములోని, 'మహాకాల' అను ఆలయములో 'మహాభారతము' నిత్యము పురాణముగా జదువబడు చుండెనని బాణుడు వ్రాసెను. ఈపౌరులకు రామాయణము,పురాణములు, బృహత్కథకూడ తెలియునని బాణుడువ్రాసెను. దీనిని బట్టి క్రీ. శ. 7 వ శతాబ్దమునాటికి, 'హరివంశము' తో బాటు 'మహాభారతము' స్త్రీలకు, సంస్కృత భాషతెలియని పామర జనులకు వినిపించబడుచుండెనని, వారు ఆనందించి, నైతిక లాభము, ఆధ్యాత్మిక శాంతిని బొందుచుండిరని తెలియవచ్చు చున్నది. బాణుడు కాదంబరిలో గీతను బేర్కొనియుండెను. బాణుని కాలములోనే భగవద్గీత మహాభారతములో జేర్చబడెనని, మెక్డనాల్ వ్రాసెను. సత్యమే కావచ్చును. పాణిని కాలములో గీత వ్రాయబడెనని కొందరి అభిప్రాయము.[56A] హర్షుని కాలమునాటి 'హాను

56A. Prof. P. V. Bapat — 2500 years of Buddhism P 344 "None the less, it is possible that the Gita was composed in Panini's time."

త్సాంగు' అను చైనీయ యాత్రికుడుకూడ కురుక్షేత్రములోని స్థానేశ్వరమున కేగెను. అతడు వ్రాసినవ్రాతలనుబట్టి మహాభారత యుద్ధమును, భగవద్గీతాసారమును ఈయన జ్ఞప్తికి తెచ్చుకొనెనని ఆధునిక విద్వాంసుల అభిప్రాయము,[56B] ఈయన మహాభారతము నెరింగియుండెను. చంద్రాపీడుడు కాదంబరిని జూడనేగినపుడు, ఒక స్త్రీ సర్వమంగళ మూలమగు మహాభారతమును గానము చేయుచుండెనని, కాదంబరి వినుచుండెనని, బాణుడు వ్రాసెను. "మహాభారత భావితాత్మనః" అని ఈయన పేర్కొనెను.

13. క్రీ. శ. 750 నాటి కర్మమార్గవాది 'కుమారిలభట్టు' 'తంత్రవార్తిక' యను వ్యాఖ్యాన గ్రంథమును రచించెను, ఇందు మహాభారతము 18 పర్వములలోని, 10 పర్వములనుండి ఉదాహరణలు గైకొనికాని, పర్వముల పేర్కొనికాని యుండెను. ఈయన అనుక్రమణికను, పర్వసంగ్రహమును, 12, 13, 19 పర్వములను గూడ ఎరింగి యుండెనని ఇవి తర్వాత చేర్చబడినవని 'మాక్డనాల్' వ్రాసెను. 'కుమారిలభట్టు' దీనిని అతి ప్రాచీన కృతియని పేర్కొనెను. క్రీ.శ. 804 లో భాష్యకర్త శంకరాచార్యులు, మహాభారతమును అనేక తావుల స్మృతి యనెను. వేద, వేదాంతముల జదువుటకు వీలులేని, కొన్ని జాతులకు, మహాభారత ముద్దేశింపబడినదని, 12 వ పర్వములోని ఒక శ్లోకము నుదాహరించి

56B. Ibid. P 269. "Modern scholars are agreed that his remarks about the latter show that he recalled the M. Bh. war and the essence of the Bhagavatgita."

చెప్పెను: కాన కుమారిలభట్టు, శంకరాచార్యుని కాలములో సంపూర్ణ మహాభారతము లభ్యమగుచుండెనని చెప్పవచ్చును.

14. క్రీ. శ. 11 వ శతాబ్దములో మన దేశమునకు 'గజినీ మహమ్మదు' తో వచ్చిన 'అల్బరూని' (క్రీ. శ. 971-1039) లక్ష శ్లోకముల మహాభారతమును బేర్కొనెను; కాన అప్పటికి మహాభారత మున్నట్లు స్పష్టపడుచున్నది. అల్బరూని యిట్లు లిఖించెను, "ఇంతే కాకుండా, వారు ఎక్కువగా గౌరవించు ఒక గ్రంథము కలదు; ఇతర పుస్తకములలో గాన్పించు సమస్త జ్ఞానము. నీ గ్రంథములో గూడ కాన్పించును కాని ఇందులో లభ్యమగు జ్ఞానమంతయు నితర గ్రంథములలో గాన్పట్టదని వారు దృఢముగా నొక్కి వక్కాణించుచుండిరి. అది 'భారతము' అని పిలుపబడును. పరాశర సూనుడగు వ్యాసరచితము. పాండు, కురుపుత్రుల మధ్య యుద్ధము జరిగినపు డిది వ్రాయబడినది. శీర్షికయే, ఆయూకాలముల సూచన నొసంగుచున్నది."[57] ఈయన మనదేశములో ననేక వర్షములుండి, అనేక శాస్త్రముల నభ్యసించి, 'తారిఖ్ - ఉల్ - హింద్' అను హిందూదేశ చరిత్ర వ్రాసెను. ఈయన 'గజనీ మహమ్మదు' ఆస్థాన విద్వాంసుడు. ఈయన వ్రాతప్రమాణ మనుటలో సందియములేదు.

15. క్రీ.శ. 11 వ శతాబ్దములోనే కాశ్మీరకవి 'క్షేమేంద్రుడు' 'భారత మంజిరి' అను గ్రంథమును, 'మహాభారత సారము'గా రచించెను. 'బుహ్లారు' అను విద్వాంసుడు, ఈ గ్రంథమును,

57. Dr. Edward C. Sachua—Alberuni's India P 132

మహాభారతమును దగ్గర నుంచుకొని, పోల్చి చూచి, 'భారత మంజరి' మూల గ్రంథమునకు భిన్నమైనది కాదని యభిప్రాయ మొసంగెను. 'క్షేమేంద్రుని' కాలమున మహాభారతము విపులమైన వ్యాప్తిలో నున్నదనుటలో సందియములేదు. ఈ శతాబ్దములోనే 'జైన అమర చంద్రుడు' 'బాలభారత' మను పేరుతో 44 సర్గలు, 6550 అనుష్టుభ శ్లోకములతో, మహాభారత మనుసరించియే, వ్రాసెను. క్రీ. శ. 1022—1063 వరకు రాజ్యమేలిన 'రాజరాజ నరేంద్రుని' ఆస్థాన కవి 'నన్నయభట్టు' లక్ష శ్లోకముల మహాభారతమును జూచినట్లు తెలియుచున్నది.

16. ఇటీవల జావాద్వీపమునకు దగ్గరగానున్న 'బలి ద్వీపము' లో మహాభారతములోని అనేక పర్వముల భాషాంతరీకరణము, 'కవి' కృతము లభ్యమైనది. ఇది 11 వ శతాబ్దము నాటిది.[58] దీనికి మహాభారతమునకు కొలది భేదము లున్నను, అప్పటికి మహాభారతము మనదేశముననే కాకుండా, ఇతరదేశము లలో గూడ వ్యాప్తిలో నున్నట్లు తెలియుచున్నది. 'జైమిని భారతము' అను గ్రంథమొందు కలదు కాని యది ఎప్పటిదో సరిగా తెలియకున్నది.

17. ద్వైత మతస్థాపకుడు, 13 వ శతాబ్దిలోనివాడు నగు 'మాధవాచార్యులు' తన 'మహాభారత తాత్పర్య నిర్ణయము'లో మహారామాయణమును బేర్కొనుచు, భారతమును బేర్కొనెను.

58. A. Macdonall—H. S. L. P 290
A. Weber—H. I. L. P 189

శ్లో॥ ఇత్య శేష పురాణేభ్యః పంచరాత్రౌ భ్య ఏపచ
భారతాచ్చైవ వేదోభ్యో మహారామాయణాదిపిః॥

ఇంకొకచోట 'భారత పురాణానాం మహారామాయణస్యచ' అని పేర్కొనెను. 1 వ అధ్యాయములో గూడ నిట్లు వ్రాసెను.

శ్లో॥ ఋణాదయచ్చ చత్వారః పంచరాత్రంచ భారతం
మూలరామాయణం బ్రహ్మసూత్రం మానం స్వతః స్మృతిం[59]

వీనినిబట్టి 13 వ శతాబ్దమునాటికి భారత, మహాభారతముల నెరింగి యుండిరని ఎఱుంగవచ్చును.

18. ఇంకను క్రీ. శ. 14 వ శతాబ్దములోని 'సర్వజ్ఞ నారాయణ' మహాభారతముపై వ్యాఖ్య రచించెను. 'అర్జునమిశ్ర' యనువాడు 'మహాభారతము' పై మరియొక వ్యాఖ్య రచించెను. ఈయన క్రీ.శ. 15 వ శతాబ్దములో నుండవచ్చును. క్రీ.శ. 16 వ శతాబ్దములో మహారాష్ట్రములోని 'కూర్పర' వాసి, 'నీలకంఠ' యనువాడు మహాభారతముపై వ్యాఖ్య రచించెను.

క్రీ. శ. 16వ శతాబ్దములోని మొగల్ చక్రవర్తి 'అక్బరు' లక్ష శ్లోకముల మహాభారతము నెరుంగును. ఈ ప్రాచీన ఇతిహాసమును అక్బరు చక్రవర్తి 'రజమనామా' లేక యుద్ధముల చరిత్ర అని పిల్చుచుండెను. ఒకసారి అక్బరు యిట్లు చెప్పెను. "వర్తమాన భాషలోనికి 10000 ఏండ్ల జ్ఞానమును అనువదిం

59. S. N. Tadpatrikar B. A—A. B. O. R. I—Vol V and VI.

చెదను."[60] 'షేక్ సుల్తాను' అను విద్వాంసుడు నాలుగేండ్ల శ్రమచేసి. 'మహాభారతము'ను పారసీక భాషలోనికి అనువాదము చేసెను. ఆ కాలములోనే 'బాదోని' సంస్కృత, అరబ్బీ, పారసీ పండితుడు, 24000 శ్లోకములుగల రామాయణమును పారసీ లోని కనువదించెను. రామునిగూర్చి వ్రాయుచు నీ లేఖకుడు యిట్లు చెప్పెను. "రాముడు హిందూస్థానమంత 10000 వర్షములు రాజ్య పాలన చేసెనని హిందువుల అభిప్రాయము. రాజతరంగిణినిగూర్చి చెప్పుచు 'హిందువులకట్టుకథలను దెలుపుగ్రంథమని పేర్కొనెను. మహాభారతములో ననంతములైన కథలు, ఊహామాత్రములగు కల్పిత గాథలున్నను అందు అనేకములైన ఉపదేశపూర్వకమైన, నైతిక ధర్మబోధలు చాలకలవని, మిగులయుక్తమైన, వచనము లతో జెప్పబడిన అనుభవములుగలవని, అక్బరు నమ్ముచుండెను. మహాభారత మంత చదివించుకొని, వృద్ధుడైన భీష్మాచార్యుని, తరుణ వయస్కుడును, యుద్ధభూమిలో కేసరివలె లంఘించిన వాడగు అభిమన్యునిగూర్చి విశేషముగా బొగడెనని తెలియుచున్నది.

బ్రిటిషువారు వచ్చిన తర్వాత, సమస్తమైన సంస్కృత గ్రంథములను ఆంగ్లేయభాష లోనికి అనువాదము చేయించిరి. భారతదేశపు మొదటి 'గవర్నరు జనరలు' అయిన 'వారన్ హేస్టింగ్సు' భాషాభిమాని; ఈయనయే క్రీ. శ. 1780 సంవత్సర ప్రాంతమున 'ఛార్లెసు విల్కిన్సు' అను ఆంగ్లేయుని కాశీక్షేత్రము

60 **Akbar**—"I render into modern language the knowledge of 10C00 years.

నకు సంస్కృతభాష నేర్చుటకు బంపెను. 'విల్కిన్సు' అనేక శాసనముల నింగ్లీషులోని కనువదించెను. ప్రప్రథమముగా సంస్కృత భాషలోని, మహాభారతాంతర్గతమైన 'భగవద్గీత' ను 'విల్కిన్సు' క్రీ. శ. 1785 లో ననువదించెను. ఇది 'లండను నగరము' లో ముద్రితమైనది. ఈ గ్రంథమునకు ఉపోద్ఘాతము వ్రాయుచు 'వారన్ హేస్టింగ్సు' ఇట్లు వ్రాసెను. "బ్రిటిషు సామ్రాజ్యభానుడు భారతాకాశమున శాశ్వతముగా నస్తమించినను, భారతభూమి నామరూపములు లేకుండ పోయినను, అతిశ్రేష్టమైన గీతాగ్రంథ రత్నము చెక్కుచెదరకుండ నిల్చి, తన దివ్యసందేశము నొసంగుట నిశ్చయము." ఈ ప్రకారము క్రీ. శ. 18 వ శతాబ్దమున గీతాప్రకటనము వలన మహాభారతము విదేశీయుని గౌరవాభిమానముల బొందినట్లు కాన్పించుచున్నది.

మహాభారత రచనాకాలము - ఆంతరిక ప్రమాణములు

'మహాభారత రచనకు ఒకతేది అనునది ఎంతమాత్రము లేదు. ప్రతి భాగముయొక్క తేదీ వేరువేరుగా నిర్ధారణ చేయవలెను' అని 'వింటర్‌నిట్జ్' వ్రాసెను.[61] ఇదిసత్యముగానేయున్నది. మహాభారతములోని ఆంతరిక నామములనుబట్టి వేరువేరుగా కాల నిర్ణయము చేయగడంగుదము.

61. M. Winternitz— A History of Indian Literature — Vol. I, P 463 "One date of the M. Bh. does not exist at all, but the date of every part must be determined on its own account."

1. మహాభారతములో 'యాస్కుని' పేరు అనేకచోట్ల గలదు. 'శాంతిపర్వము' (342–72, 73) నందు, "నా కృపచేత యాస్కుడు నిరుక్తమును బొందెను," అని కలదు, యాస్కుడు క్రీ. పూ. 500 ప్రాంతపువాడని 'మెక్డనాల్' వ్రాసెను. యాస్కుని పేరు పైంగియని, 'యాస్కపైంగి' యని, వైశంపాయనుని శిష్యుడని, 'తిత్తిరి' గురువని, ఆత్రేయశాఖలోని కాండానుక్రమణికను బట్టితెలియుచున్నది. శతపథ బ్రాహ్మణములోని ఆఖరు పుస్తకము లోను, వంశములోను ఈపేరుకాన్పించుచున్నది. 'వైశపాంయనుడు' జనమేజయుని సమకాలీనుడు; క్రీ. పూ. 900 ప్రాంతపు వాడు అగుటచేత ఈయన శిష్యుడు 'నిరుక్తకర్త' యాస్కుడు క్రీ. పూ. 875 ప్రాంతపు వాడగుట నిశ్చయము; కాని 'యాస్కుని' పేర్కొన్న మహాభారతము క్రీ. పూ. 800 కు తర్వాతదే.

హేమచంద్రరాయ్ యిట్లు వ్రాసెను. "నిరుక్తకర్త యాస్కుని, క్రీ.శ. 4, 5 శతాబ్దములలోనున్న 'సాంఖ్య వేదాంతి' వర్షగణ్యుని, కౌటిల్యునికి శిష్యుడుగాను, ధర్మ అర్థములపై ప్రామాణికుడుగాను ఉన్న 'కామందకుని' పేర్కొనుటచేత యిది చాల తర్వాత రచన యనెను.[62]

2. మహాభారత రచన బౌద్ధమతోదయము తర్వాతనే జరిగెను. మహాభారతములో తీర్థమాహాత్మ్యములు, పూజలు గలవు. వేదకాలమున ప్రతిమా పూజకాని, దేవాలయములు కాని లేవు. "ఉత్సవములు, తీర్థయాత్రలు, దేవాలయములు, విగ్రహపూజ

---

62. Hemachandra Rai Choudary—Political History of India-

'మున్నగునవన్ని బౌద్ధమతమునుండి హిందువులు గైకొనిరి. బౌద్ధులు, బుద్ధుడు, ధర్మము, సంఘము అను మూటిని నమ్ము చుండిరి. భిక్షువు కాబోవునపుడు వీని మూటిమీద ప్రమాణము బౌద్ధులు గైకొందురు. వీనిని జూచి 'హిందువులు త్రిమూర్తిపూజ, బ్రహ్మ, విష్ణు, శివుల పూజ నారంభించిరి;" అని దత్తు వ్రాసెను.[63] బౌద్ధులు అహింస, బ్రహ్మచర్యము, సత్యము మున్నగు ధర్మముల నధిక ప్రచారము చేయసాగిరి. ఈ బౌద్ధధర్మములు మహాభారత ములో వ్యాప్తి చేయబడెను. ఇది సత్యమే. మహాభారతములో బౌద్ధుల అష్టాంగమార్గము కూడ పేర్కొనబడినది. (III - 2, 7, 73)

బౌద్ధ వాఙ్మయములో ననేకచోట్ల రాజగృహదగ్గర పర్వత ములు వర్ణింపబడినవి. ఇవి మహాభారతమున గూడ వర్ణింప బడినవి. బౌద్ధుల సూత్రములకు తుల్యమైన సూత్రము లనేకములు దీనిలో గలవు. "బౌద్ధ ధర్మానంతరము మహాభారతము పుట్టినదని బౌద్ధమతమువలననే అహింసకు మహాభారతములో ప్రాధాన్యత యొసంగబడెనని 'స్మిత్' వ్రాసెను. 'సి. వి. వైద్యా' తన 'ఎపిక్ ఇండియా' లో మతబోధ మామూలు భాషలో జేయు బౌద్ధులకు విరుద్ధముగా. మహాభారతము సౌతిచేత బౌద్ధుల మతాభివృద్ధి కల్గ కుండుటకుగాను సంపూర్ణముగా సంస్కృతములో వ్రాయబడెనని, హిందూ ఆర్యుల మత గ్రంథములన్ని సంస్కృతములో వ్రాయ బడెనని వ్రాసెను.[64] 'సౌతి' కాలము క్రీ. పూ. 300 అనెను కాని

63. R. C. Dutt—Ancient India—P 132
64. C. V. Vaidya—Epic India P 332, 333, 337

యిది సరికాదు. బౌద్ధులు జాతక కథలు వ్రాసిరని, అనేకమంది బౌద్ధమతములో జేరుచుండిరని, అందుచేత బ్రాహ్మణ మతములో గూడ ఒక ముఖ్యపాత్ర కావలసివచ్చెనని, ఆయన రాజవంశీయుడు, మతప్రవక్తయై యుండవలెనని అందుచేత కృష్ణుని దెచ్చి, మహాభారతములో జేర్చిరని 'తత్వభూషణ' వ్రాసెను.[64A] ఇది సరిగానే యున్నది. ఇంకను 'హాప్కిన్సు' (Hopkins) ఇట్లు వ్రాసెను. "హిందూ దేవాలయముల ధిక్కరించిన బౌద్ధాలయముల గూర్చి. బౌద్ధమత ప్రాధాన్యము, తగ్గుదలను గూర్చి యిట్లున్నది. (III - 190—65) వారు దేవతలను మరచి, బౌద్ధాలయముల గౌరవింతురు. (Edukas) భూమండలమంత దేవతా గృహములతోగాక బౌద్ధాలయములతో నిండిపోవును. ఇట్టి వాక్యముల నన్నిటిని, చాతుర్మహారాజిక XII—339, 40 ల తోను, అందలి బౌద్ధ తత్వశాస్త్రముతోను బోల్చవచ్చును."[65] బౌద్ధాలయముల ప్రజల నాకర్షించుటచేత, హిందూ ఆలయముల గూడ నిర్మింపసాగిరి.[65A]

64A. "Sitanath Tattvabhushan Krishna P 10

65. Hopkins—The great epic of India
Also see Hemachandra Rai Choudary—Political History of ancient India P 391 - 93

65A—Mr. M Kunte—Vicissitudes of Aryan civilization P 460. "But because the Buddhist edifices attracted the populace and made an impression upon it, the Brahmans made efforts to build large temples where the heroes of the Ramayana and the Mahabharatha were adored."

'శాంతి పర్వము' లో జనకుడు బౌద్ధ గురువని కలదు. వీరికి బాహ్యచిహ్నములు 'కాషాయధారణం మౌండ్యాం' అని కలదు. 'ఉద్దాలక ఆరుణి' తన కుమారుడు 'శ్వేతకేతువు' మిథ్యా బోధచేయుటచేత నాతని, యింటినుండి బయటకు వెడల గొట్టించెను, అని మహాభారతమున గలదు. బుద్ధుని పూర్వజన్మ గాథలలో నొక 'శ్వేతకేతువు' గలడు. జాతక కథలలో నొక 'కన్హా ద్వైపాయన' ('కృష్ణద్వైపాయన') పేరు కూడ కలదు. శ్వేతకేతువు గాథ బౌద్ధమత ద్వేషముచేతనే మహాభారత కర్తచేత సృష్టింపబడినది. ఇది బ్రాహ్మణ గ్రంథములలో నెచటను లేదు. కాన జాతక కథల కాలములోనే అనగా క్రీ. పూ. 4 వ శతాబ్ద ప్రాంతమున నిది రచింపబడినది. వనపర్వములో 87–11 వ 'గయాసుర' అని పేరుగలదు. గయలో బుద్ధనిర్వాణము జరిగెను. ఈ ద్వేషముతోనే 'గయాసుర' యని పేర్కొనిరి.

అవతార కథనము బౌద్ధులతో నారంభ మాయెను. (See Historian's History of the world—Vol II.) "భగవంతుడే భూమిమీదకు మనుజ రూపమున దిగివచ్చెనను నమ్మకముచేత అనేకులు బౌద్ధమతమును గైకొనసాగిరి. ఈ నమ్మకమే హిందూమతములో నవతార కథనముయొక్క అభివృద్ధికి త్రోవ తీసినది. బ్రహ్మను మూడు రూపములుగా జేసిరి. విష్ణువప్పు డప్పుడు భూమిమీదకు మనుజరూపములో వచ్చుచుండెనని, ప్రపంచములో శాంతి ఏర్పరచునని, తప్పుత్రోవలో బోవువారిని సరియైన

మార్గమునకు ద్రిప్పునని బోధింపసాగిరి. రామ, కృష్ణులు అను ఇతిహాస వీరులు ఆ విష్ణువు అవతారములుగా వర్ణించబడుచుండిరి. ఆ యుద్దేశ్య ప్రకారము గ్రంథములు వ్రాయసాగిరి. గీతోప దేశము బౌద్ధ ధర్మమున కనుగుణ్యముగా నుండునట్లుచేసి, మహా భారతమున జేర్చిరి. ఆదిపర్వములోని 'జయ' యొక్క అను క్రమణికనుబట్టి భగవద్గీత మొదట 'జయ' లోనిది కాదని, స్పష్ట పడును. ఇది ఒక వైష్ణవ పండితునిచేత క్రీ. శ. 7 వ శతాబ్దమున 'బాణుని' కాలమున, కృష్ణార్జున సంవాద రూపమున, 'భగవద్గీత' యను పేరట మహాభారతమున జేర్చబడెను. రామాయణములో రాముడు విష్ణువైనట్లు, 'మహాభారతము' లో కృష్ణు డవతార మూర్తియై వెలసినాడు. క్రీ. పూ. 5, 6 శతాబ్దముల క్రితము దైవపూజలేదని, భారతములో కృష్ణునిపేరు, దైవపూజ ప్రక్షిప్తము లని 'లాసేను' అను విద్వాంసు డభిప్రాయపడెను. వాసుదేవుని పూజ 'మెగస్థనీసు' కాలము నాటికి (క్రీ. పూ. 302) గలదని 'ఇండికా' వలన దెలిసికొనవచ్చును. అందుచేత 'లాసేను' వ్రాత కొంతవరకు సత్యముగానే యున్నది. పై యన్ని కారణములచేత క్రీ. పూ. 5 వ శతాబ్దమునకు దర్వాతనే వర్తమాన మహాభారత రచన జరిగియుండవలెను. అందుచేతనే 'రాప్సను' యిట్లు వ్రాసెను. "ఈనాటి మహాభారత రూపము క్రీ. శ. 4 వ శతాబ్దికి పూర్వ ముండెను. క్రీ. పూ. 4 వ శతాబ్దికి పూర్వము ఏ విధమైన

ఇతిహాస ముండుట అసంభవము."[66] 'హాప్కిన్సు' కూడ క్రీ. పూ. 400 కు పూర్వము ఇతిహాసములేదని అది క్రీ.పూ. 200 నాటి దనెను. కృష్ణుడు దేవుడుగా, పౌరాణిక గాథలలో, నీతిబోధ లతో తిరిగి క్రీ. పూ. 200—క్రీ. శ. 400 వరకు వ్రాయబడు చుండెనని, ఆఖరు గ్రంథము, ఆదిపర్వము ఉపోద్ఘాతము క్రీ. శ. 200–400 వరకు వ్రాయబడు చుండెనని అభిప్రాయ మొసంగెను. ఈ వ్రాతలు చాలవరకు సత్యముగానే యున్నవి. ఆదిపర్వము (177–35) లో పాహ్లవులు, ద్రావిడులు, శకులు, యవనులు, బార్బరులు, చీనీలు, హూణులు, కేరళులు, మ్లేచ్ఛులు పేర్కొన బడిరి. పాహ్లవులు పార్థియనులు,శకులన సిథియనులు, ఆదిపర్వము (85–34) లో 'యదుపుత్రులు' యదులని, తుర్వసుపుత్రులు, 'యవనులు' అని, ద్రహ్యాపుత్రులు 'భోజులు' అని 'అను పుత్రులు' 'మ్లేచ్ఛులు' అని వ్రాయబడినది. సభాపర్వములో గూడ 'శకులు, రోమకులు' మున్నగువారు పేర్కొనబడిరి. యుధిష్ఠురుని రాజసూయ యజ్ఞమునకు వచ్చిన వారిలో గూడ, పాహ్లవులు, కిరాతులు, యవనులు, చీనులు, మున్నగువారుండిరని వనపర్వము (51–22, 26) తెల్పును. అనుశాసనపర్వము (అధ్యా 32–21)లో గూడ 'యవన, కాంభోజ, శక' పేర్లు గలవు.

శ్లో॥ శకాయవన కాంభోజాస్తాస్తు। క్షత్రియ జాతయః

తిరిగి అను శాసనపర్వము (35 అధ్యా–18) లో నిట్లున్నది.

---

66. E. J. Rapson–Cambridge History of India Vol I. P 258 "The great epic in nearly its present extent existed before the 4th century A. D. and negative evidence in India makes it improbable that any epic existed earlier than the 4th century B. C."

శ్లో॥ కిరాతా యవ నాశ్చైవ తాస్తాః క్షత్రియ జాతయః

శాంతిపర్వములో (అధ్యా 65–13–15) యవన, శక, చీనుల పేర్లు గలవు.

శ్లో॥ యవనాః కిరాతా గాంధారశ్చీనాః శవరబర్బరాః శకాస్తుషారాః

భీష్మపర్వములో గూడ (IX—) శక, ద్రవిడ, కేరళ. చోళ,పుళింద, యవన, చైనుల పేర్లుగలవు. శల్యపర్వము (అధ్యా II-16–21) లో గూడ మ్లేచ్ఛ, శక, యవనుల పేర్లు గలవు.

శ్వేతద్వీపకథ, కాలయవనుని ప్రశంస కలదు. యుధిష్ఠరుని రాజసూయ యజ్ఞములోను, కౌరవ పాండవ యుద్ధ వర్ణనలోను యవన ప్రశంస గలదు. 'బిడాలాక్ష' నామక యవనరాజు ధర్మరాజు సభ నలంకరించెను. వీటి యన్నిటినిబట్టి యవనుల సంబంధము గల్గిన పిమ్మటనే, అలెగ్జాండరు దండయాత్రకు తర్వాతనే 'మహాభారత' రచన జరిగి యుండవలెనని విద్వాంసులెల్లరు పల్కిరి. ఇది సత్యముగానే యున్నది. 'హాప్కిన్సు' ఇట్లు వ్రాసెను. "అది 'దీనారియస్'ను పేర్కొనుటచేత గ్రీకుల దండయాత్రా నంతరమే జరిగినది. 18 పురాణముల పేర్కొన్నది. అందుచేత క్రీ.శ. 6వ శతాబ్దినుండి ఈనాటి రూపము దాల్చినది.[67] "మహాభారతము ప్రాచీన రూపము క్రీ. పూ. 5 వ శతాబ్దములో

---

67. Hopkins—Great epic of India P 387—But it is later than the Greek invasion for it mentions the Denarius... All 18 Puranas are mentioned in the book of the M. Bh. which attained its present bulk before the 6th century."

వచ్చినదని, దాని మొదట వికాసము, విష్ణు. శివులు బ్రహ్మతో సమానులుగా కనబడురీతి. యవనులు పేర్కొనబడుట, హిందూ దేవాలయములు, బౌద్ధస్థూపములు ఉండుటచేత, క్రీ. పూ. 200 నుండి, క్రైస్తవ శకారంభము వరకు జరిగెనని, శాసనాధారముల వలన క్రీ. శ. 500 కు పూర్వము మహాభారత స్వరూపము ఈనాడున్నట్లుగానే ఉన్నది' అని ఒక విద్వాంసుడు వ్రాసెను.[68] హేమచంద్రరాయ్ చౌదరి కూడ, "వైశంపాయనుని, అతని మహాభారత కృతిని అశ్వలాయనుడు, పాణిని ఎరుంగుటచేత, క్రీ. పూ. 5 వ శతాబ్దినాటికి కురుపాంచాలుర కథలు వ్యాప్తిలో నుండుట నిక్కవము" అని వ్రాసెను. ఈ విద్వాంసుల వ్రాతలు సత్యముగానే కాన్పించుచున్నవి. నయబోధకిది, విజ్ఞాన సర్వస్వమని పై లేఖకులు కొనియాడిరి.

యవనులనగా గ్రీకులు. శాకటాయనుడు, పాణిని, వరరుచి, కాత్యాయనులు, వీరెల్లరు యవన శబ్దమును వాడిరి. 'యవనులన గ్రీకు లని నా 'రామాయణ విమర్శనము' లో నిరూపించితిని. కాన క్రీ. పూ. 4 వ శతాబ్దమునాటి యవనుల ప్రశంస కలదు కాన ఆ తరువాతదే యగుచున్నది. 'సిద్ధాంత' యిట్లు వ్రాసెను. "గ్రీకుల దండయాత్ర తర్వాతనే మహాభారత రచన జరిగి యుండవలెను."[69]

---

68. A. A. Macdonall—Imperial Gazetteer—Vol II-P 234
69. N. K. Siddhanta—'The Heroic age of India' P 48
"M. Bh. Must have been composed after the Greek invasion."

'రావిల్సను' యిట్లు వ్రాసెను. "క్రీ. శ. 300 నాటి మహాభారతము కొన్ని గ్రీకు శబ్దముల కల్గియున్నది. ఉదా:- సప్తంత్రి పీణ (III - 134-14) త్రికోణ (XIV - 83, 32) బార్బరులు; (III - 51, 23) యవనులు కూడ పేర్కొనబడిరి. (II - 14-4, III - 254-18, XII - 207, 43) రౌమ్యులు కూడ పేర్కొనబడిరి. (II - 51-17.) యవనులను, బహుళ జ్యోతిషశాస్త్ర పాండిత్యము వలన 'సర్వజ్ఞులని పిల్చుచుండిరి."[70] గ్రీకుల భాష నేర్చుకొని, ప్రాచీన బ్రాహ్మణ విద్వాంసులు వారి జ్యోతిష విద్యను గూడ అభ్యసించు చుండిరని, యవన లేఖకులు వ్రాసిరి. (Strabo - Astronomy was a favourite pursuit of the Brahmins) 'గార్గసంహిత'లో యవనులు వాస్తవముగా మ్లేచ్ఛులని, జ్యోతిష శాస్త్రము వారిలో నావిర్భవించినదని, అందువలన వారిని దేవతలవలె గౌరవించవలెనని యున్నది.

(మ్లేచ్ఛాహి యవనాస్తేషు సమ్యక్ శాస్త్రమిదం స్థితమ్।
ఋషివత్తేపి పూజ్యంతే కిం పునర్దైవ విద్విజః॥)

బృహత్సంహిత పుట 35

ఈ ప్రకారము యవనుల సంబంధము దృఢపడిన తర్వాతనే 'మహాభారత రచన జరిగియుండవలెను. క్రీ. శ. 400 ప్రాంతమున గుప్తయుగమున పురాణాదులు, మహాభారతము తిరిగి వ్రాయబడినవని 'వీబరు' మున్నగు విద్వాంసులు వ్రాసిరి. ఇది సత్యముగానే

70. H. G. Rawilson—Intercourse between India and the Western world P 172

యున్నది. సి. వి. వైద్యా మాత్రము 'మహాభారతము' యొక్క ఆఖరు సవరణ, క్రీ. పూ. 250 లో జరిగెనని, అది 'మెగస్థనీసు'కు అశోకునికి మధ్య జరిగినదని, మహాభారత యుద్ధకాలము మహాభారత రచనాకాలము తీసికొన్నచో, అవి క్రీ. పూ. 1200 నుండి క్రీ. పూ. 200 మధ్యకాలములో జరిగినవని వ్రాసెను.[71] కాని 'అశోకుని' పేరు ఒకమహాసురుడుగా ఆదిపర్వము తెల్పును. కాన 'అశోకుని తర్వాతనే జరిగినది. "యవనులు పశ్చిమ దేశీయులుగా పేర్కొనబడిరని, వారి పతనము పేర్కొనబడెనని' అందుచేత వారి దండయాత్ర తర్వాతనే మహాభారతరచన"యని హేమచంద్రరాయ్ చౌదరి వ్రాసెను.[72] ఇది సత్యమే. సి. వి. వైద్యా యిట్లు లిఖించెను. "అలెగ్జాండరు దండయాత్ర తర్వాతనే మహాభారత రచన జరిగినది. ఈ ఇతిహాసములో గ్రీకులను, యుద్ధప్రియమైన జాతిగా పేర్కొనిరి. ఆదిపర్వము 'సశశాంక వశౌయం పంచు రపి వీర్యవాన్ సోఽర్జునేన వశం నీతో రాజసీద్ యవనాధిపః" అని తెల్పును. మహాభారతముయొక్క ఆఖరు రచయిత కాలము నాటికి అలెగ్జాండరు దండయాత్రల నింక జనులు మరవలేదు. క్రీ. పూ. 200 నాటికి రాశి జ్ఞానము తెలియదు. మహాభారతములో రాసుల పేర్లు లేవు కాన, రాసుల జ్ఞానము ప్రవేశపెట్టు

---

71. C. V. Vaidya—Epic India.

72. Hemachandra Rai Choudary—P. H. A. I—391—93.
"The Greeks are described as a western People and their overthrow is alluded to."

టకు ముందు మహాభారత రచన[73]." 'హాప్కిన్సు' అను విద్వాంసుడు కూడ, పాండవుల ఇతిహాసము క్రీ. పూ. 500 నాటి బౌద్ధ మతమునకు, క్రీ. పూ. 300 నాటి గ్రీకుల దండయాత్రకు తరువాతదే అని వ్రాసెను.[74] ఇది సత్యముగానే యున్నది.

4. మహాభారతము 'శాంతి పర్వము' ను బట్టి (10308) 'దక్షాధ్వర యజ్ఞములో' వీరభద్రుని రోమకూపముల నుండి 'రౌమ్యులు' పుట్టిరని యున్నది. 'రామాయణము' కూడ రోమకూపములనుండి పుట్టిన జాతుల పేర్కొనెను; కాని 'రౌమ్యుల' నందు చేర్చలేదు. రౌమ్యులన రోముదేశీయులు. యవనులద్వారా వీరిపేర్లు విన్నతర్వాతనే వర్తమాన భారత రచన జరిగెను. హేమచంద్రరాయ్ చౌదరి యిట్లు వ్రాసెను. "రోమనులు, రోమకులు (II—51-17,) ఒకసారి మాత్రము అన్ని జాతుల పేర్లతో బాటు పేర్కొనబడిరి. పలుమార్లు పేర్కొనబడిన యవనుల సిధియనుల, పాహ్లావులకు వీరికి గల భేదము చూపుటకే పేరు చూపబడినది. III—188-35 లోని ఈ వాక్యము 'సిధియనులు, యవనులు, బాక్ట్రియనులు, అన్యాయబుద్ధితో కలికాలములో పాలన చేతురు' అనునది త్రోసివేయదగినది కాదు. 'ఆదిపర్వము' లో

73. C. V. Vaidya—The Riddle of the Ramayana P. 22.

74. Hopkins—Great epic of India P. 391
"Pandu epic as we have it, represents a period subsequent not only to Buddhism 500 B. C. but to the Greek invasion 300 B. C."

అశోక మహారాజు ఒక మహాసురుని అవతారముగా వర్ణించ బడినాడు."[75]

కె. ఏ. నీలకంఠశాస్త్రి అను విద్వాంసుడు నైతము, సూత్ర ములు, యాస్కుని నిరుక్తము, పాణిని, పాతంజలి, కౌటిల్యుడు. వాత్స్యాయనుడు. వీరి గ్రంథములు. భారతము, చివరకు మహాభారతము రామాయణముకూడ మొత్తముగాగాని, ఇతిహాసములలోని భాగము లుగా గాని, నంద, మౌర్యుల కాలమునకు జెందినవని వ్రాసెను. ఇంకను మరియొకచోట 'భాండార్కరు, బుహ్లరు పండితులు' ఒకానొక శాసనమునుబట్టి స్మృతిగా పేర్కొనబడి యుండుటచే క్రీ. శ. 5 వ శతాబ్దమునకు బరముగాదని చెప్పిరని, అప్పటికే యింత విస్తృతమై యుండెనని, క్రీ. శ. 200 నాటి కిది పూర్తి చేయబడినవని, హరివంశములో రోమనులు దీనారములు పేర్కొన బడినవని, తామ్రపట్టాలు లేవని, క్రీ. శ. 200—400 వరకు జరిగి యుండునని, బౌద్ధమతానంతరము, గ్రీకుల దండయాత్ర తర్వాత అనగా క్రీ. పూ. 300 తర్వాత జరిగెనని, అభిప్రాయ మొసంగెను.[76] ఆర్. కె. ముఖర్జీ కూడ తన 'హిందూ నాగరికత' అను గ్రంథ మున, మహాభారతమున యవన, శక, పాహ్లవుల పేర్లు గలవని చాల తరువాత రచనయే యని యభిప్రాయ మొసంగెను.[77]

75. Hemachandra Rai Choudary—P. H. A. 1

76. K. A. Neelakantha Sastry — Age of the Nandas and Mouryas P 308. 387

77. R. K. Mukerjee — Hindu Civilization

జయచంద్ర విద్యాలంకారు, ఆర్. జి. భాండార్కర్లు కూడ, మహాభారత రచన 'పూర్వనంద యుగము' లో ననగా క్రీ. పూ. 4, 5 శతాబ్దులలో జరిగినదని యభిప్రాయ మిచ్చిరి;[78] కాని యిందలి చారిత్రక, భౌగోళిక పదములనుబట్టి, ఒక్కనాటి రచన, ఒకకర్త రచన కాదు కాన, ఒక కాలమునకు జెందినదని చెప్పుట కవకాశమే లేదు. అందుచేత విద్వాంసులు మహాభారత రచన పలానికాలము నుండి పలానికాలము వరకు జరుగుచునే యుండెనని యభిప్రాయ మొసంగిరి. 'సి. వి. వైద్యా' మహాభారత రచన క్రీ. పూ. 320-150 మధ్యకాల మనెనుకాని గీతకాలము క్రీ. పూ. 1200-1000 అనెను. కాని యిది కృష్ణుని జననమునకు పూర్వమగుచున్నది. కాన యిది తప్పనుటలో సందియములేదు. హాప్కిన్సు క్రీ. పూ. 2 వ శతాబ్ద ప్రాంతములో మహాభారత రచన జరిగియుండవచ్చు ననెను. హరివంశము దీనారముల బేర్కొన్నందున గ్రీకుల దండయాత్ర తర్వాతదేనని, మహాభారతము కాలక్రమముగా పెరిగినదని, క్రీ. పూ. 3, 4 శతాబ్దులలో పూర్తియైనదని, ఆఖరు సంస్కరణము గుప్తరాజుల స్వర్ణయుగములోపూర్తియైనదనివ్రాసెను.(Sampath Kumaran - Sri Krishna - P 62)

5. మహాభారతములో పురోహితుల కిచ్చిన భూదానములు కొనియాడబడినవి. రాగి రేకులపై వ్రాయబడిన దానపత్రములు ఆ కాలమున గాన్పించవు. క్రీ. శ. 2, 3 వ శతాబ్దములలో పురో

78. Jayachandra Vidyalankar — Ithihasa Pravesh (Hindi) also Bharath Deshke Amara Ratna. (Hindi)

హితుల కిచ్చిన ధర్మముల కనేక రక్షణ లివ్వబడినవని రాగి శాసనములవలన తెలియును. ఇవి యన్ని విష్ణు, నారద, యాజ్ఞ వల్క్యస్మృతులలో పేర్కొనబడినవి కాని, అంతకు పూర్వము లేవు. ఇతిహాస కావ్యములో పురోహితుల కిచ్చిన భూదానములు అధికముగా ప్రశంసించబడినవి, కాని తామ్రపట్టాల దానముల గూర్చి ఎచటను పేర్కొనలేదు. అందుచేత మహాభారత రచన గ్రీకుల దండయాత్రకు తర్వాత, క్రీ. శ. 2, 3 శతాబ్దములకు ముందు అని 'సిద్ధాంత' అను విద్వాంసుడు వ్రాసెను.[79] ఇది సరిగానే యున్నది.

6. మహాభారతములో నుదాహరించిన జ్యోతిష పదము లను బట్టి, కొందరు కాలనిర్ణయమునకు గడంగిరి. మహాభారత కాలమున ఉత్తరాయణము శ్రవణానక్షత్రమునకు సూర్యుడు వచ్చి నప్పుడు ఆరంభించి నట్లుండుటచేత దీని రచన క్రీ. పూ. 5 వ శతాబ్దమని, 'బాలగంగాధరతిలక్' జ్యోతిష గణితరీత్యా గుణించిచెప్పెను. 'రాజారావు' అను విద్వాంసుడు, అఖరు ఆవృత్తి క్రీ. పూ. 4 వ శతాబ్దిలో జరిగియుండవలెనని. జ్యోతిషగణిత రీత్యా, అఖరు ఆవృత్తి క్రీ. శ. 156 కు పరముకాజాలదని అభి ప్రాయ మొసంగెను.[80] తెలుగు మాసముల పేర్లుకూడ అందందు

---

79. N. K. Siddhanta – The Heroic age of India P 48.

80. M. Rajarao—Bharathiya Vidya – Vol X. "Astronomical-Even on this assumption, the date of the last insertion cannot be later than 156 A. D."

తగులుచున్నవి. కాన క్రీ. పూ. 3వ శతాబ్దమునకు పూర్వము కాజాలదు

7. 'అనుశాసనిక పర్వము' 14 వ అధ్యాయములో 'శాకల్యుడు, సావర్ణి' యను నిద్దరు సూత్రకారుల పేర్లు గలవు. పాణిని కూడ శాకల్యుని ఉదాహరించెను. శాకల్యుడు సూత్ర కాలము (క్రీ. పూ. 6 వ శతాబ్ది మొదలు 2 వ శతాబ్ది వరకు) లోనివాడు; గీతలోని యొక శ్లోకము 'పత్రం పుష్పం ఫలం తోయం' అనునది బోధాయన గృహ్యసూత్రములలో (9—26) గలదు. 'బోధాయనుడు' కూడ సూత్రకాలము (క్రీ. పూ. 5 వ శతాబ్ది)లోనివాడు. బోధాయనుడు సూత్రకారు లందరిలో మొదటి వాడని, ఇతని తర్వాతవారు భరద్వాజ, ఆపస్తంభ, హిరణ్య కేశినులని, వింటర్‌నిట్జ్, కీత్, మెక్డనాల్, మున్నగు విద్వాంసు లెల్లరు వ్రాసిరి.[81] ఇది సత్యముగానే కాన్పించుచున్నది. 'బోధా యనుడు' కూడ క్రీ.పూ. 5 వ శతాబ్దములోనివాడు; కాన క్రీ.పూ. 5వ శతాబ్దికి తర్వాతదే 'మహాభారతము.'

8. "మహాభారతములో 'జరాసంధ' నామకశక్తిశాలియైన మగధరాజు కలడు. ఈయన రాజ్యములో మగధయేకాక, అనేక ప్రదేశములు కలసియుండెను. ఈ విషయమునుబట్టి చిన్న చిన్న

81. Winternitz—There can be no doubt that Boudhayana is the earliest of these Sutra writers, his successors being "Bharadwaja, Apastamba, and Hiranya Kesin" in chronological order. (Vedic India Vol II-P 65)

మండలములు, మండలాధీశ్వరులు లేనికారణమున క్రీ.పూ. 300 కు పూర్వము నాటిదగు రాజనీతిక వ్యవస్థను సూచించుచున్నది."[82] అని వేదవ్యాసు లుల్లేఖించెను. కాన క్రీ. పూ. 300 కు పూర్వమో, లేక ఆ ప్రాంతముననో వ్రాయబడి యుండవలయును. ఇంకను శాంతిపర్వము (5 అధ్యా-6-7) లో స్నేహరీత్యా కర్ణునికి 'మాలిని' పట్టణ మివ్వబడెనని యున్నది. అది అతి ప్రాచీన నగరము కానందువలన, మహాభారత రచన, క్రీ. పూ. 4 వ శతాబ్దమునకు అధికకాలము ముందుకు పోజాలదు.

9. రామాయణములో నెచటను 'మహాభారత' ప్రశంస లేదు. కాన రామాయణమునకు తర్వాతదే యగుచున్నది. వర్తమాన రామాయణము క్రీ. పూ. 5 వ శతాబ్ది ప్రాంతమున రచింపబడుటచేత, ప్రస్తుత మహాభారత రచనము క్రీ. పూ. 5 వ శతాబ్దికి తర్వాతదే యగుచున్నది. 'మహాభారతము' ద్రోణపర్వములో నొరచోట ప్రక్షిప్తములుకావని యనుకొన్న తావున 'వాల్మీకి' పేరుతో రెండు శ్లోకము లుదాహరింపబడినవి. ఇవి రామాయణము యుద్ధకాండములో నేవిధమైన మార్పులేకుండ ఉన్నవి. ఇందుచేత రామాయణము తర్వాత రచనయే 'మహాభారతము'. అదియును గాక 'మహాభారతము' వనపర్వము (277-291 సర్గలు) లో 'రామోపాఖ్యానము' గలదు. ఈ 'రామోపాఖ్యానము' రామాయణమునుబట్టి వ్రాయబడినదని విద్వాంసుల అభిప్రాయము. "పాణిని పేర్కొన్న 'రామోపాఖ్యానము' వాల్మీకిఋషి రచితమని, కవిత్వ

82. Veda Vyasa M. A—History of Sanskrit literature P 224. (Hindi)

ప్రతిభ గలిగినట్టి, క్రీ. పూ. 100 న వర్ధిల్లినట్టి, ప్రతిభాశాలియైన ఒక రచయితచేత, ఈనాటి రామాయణముగా నభివృద్ధి చేయబడినదని, సి.వి. వైద్యా వ్రాసెను.[83] పాణిని పేర్కొన్న రామోపాఖ్యానమునకు' మహాభారతములోని రామోపాఖ్యానమునకు సంబంధమేమైనగలదా ? ఈ శ్లోకము లనేకములు వాల్మీకి ఛందములతో గలయుచున్నవని అనేకమంది విద్వాంసులు వ్రాసిరి; కాన మహాభారత రచనము క్రీ. పూ. 5 వ శతాబ్దికి పరమేయగుచున్నది.

మహాభారత మీ రూపము దాల్చిన తర్వాత 'రామాయణ రచన జరిగెను' అని 'వైద్యా'యున్ను, రామాయణములోని కొన్ని భాగములు మహాభారతముకంటె పూర్వపువని, మొత్తము మీద రచన, తరువాత కాలములోనిదని 'హంటరు' వ్రాసెను.[84] వీరు రామాయణ మహాభారతములగూర్చి సమగ్ర పరిశోధన చేసినట్లు కాన్పించదు.

---

83. C. V. Vaidya—History of Sanskrit literature P 2. "It may be conceded that the Ramopakhyana, spoken of by Panini was by Valmiki—a Rishi name—that it was subsequently developed into our present Ramayana by an unknown skilful recaster, gifted however with some poetic talent about 100 B. C.

84. C V. Vaidya—The riddle of the Ramayana P 22. "The Ramayana was made after M Bh. was put in its proper form." Hunter—"While some parts of the Ramayana are earlier than the M. Bh, the compilation as a whole belongs to a later date."

10. మహాభారతములో 'సతి' ఆచారము కాన్పించు చున్నది. పాండురాజు' చనిపోయినపుడు, 'మాద్రి'సతియాయెను. ఆదిపర్వము (125—31) ను బట్టి పాండురాజు చనిపోయినపుడు 'మాద్రి' యిట్లు చెప్పెనని తెలియును. "నా శరీరమును రాజు శరీరముతో దహనముచేయవలెను."ఈ మాటలుచెప్పి తనభర్తయొక్క చితిపైకి ఎక్కెను. (33) కృష్ణుడు యోగనిష్ఠలో నుండెనని, 'జరా' యను వేటకాడు వచ్చి పొరపాటున లేడియని తలంచి, పొడిచెనని, అంతట కృష్ణుడు చనిపోయెనని, 'మౌసలపర్వము' (V-6) తెల్పుచున్నది. వాసుదేవునికి 16000 వేలమంది భార్యలు గలరని ఇచటి శ్లోకమే తెల్పుచున్నది; కాని ఎందుచేతనో 16000 మంది భార్యలు 'సతి'కాలేదు, మౌసల పర్వము (VI—24)ను బట్టి, కృష్ణుని నలుగురు భార్యలు, అనగా రుక్మిణి, గాంధారరాణి శైవ్య, హైమవతి, జాంబవతి, చితిపై కెక్కిరని, అర్జునుడు, మృతుడైన కృష్ణునికి, అతని నల్గురు భార్యలకు నిప్పంటించెనని, అనేక రకములైన సువాసన ద్రవ్యములు, సుగంధపుకొయ్యవాడెనని, తెలిసికొనవచ్చును. సత్యభామ, యితర భార్యలు అరణ్యమున కేగి, కందమూల ఫలాదుల దినుచు, హిమవత్ పర్వతమున కేగి, అచట జీవిత శేషమును గడపిరని ఈ అధ్యాయమే తెల్పుచున్నది.

వేద వాఙ్మయములో నెచట నీ సతి ఆచారములేదు. ఇది తక్షశిల వాసులు, కధియసులు, సిధియనులు, మంగోలియను జాతులు, త్రేషియనులు, మున్నగువారిలో గలదు, 'డయోడరసు'

ఇట్లు వ్రాసెను. "భర్తలతోబాటు విధవలు సతి జరుపుట 'కధియనుల'లో నాచారమైయుండెను. కుటుంబముగాని, పసిబిడ్డగాని యున్నచో వారిని వదలివేయుచుండిరి. ఈ ఆచార ప్రకారము సహగమనము జరుపనిచో, ఆమె యావజ్జీవ పర్యంతము విధవగానేయుండి, ఏవిధమైన కర్మకాండలో పాల్గొనకుండ, గడపవలెను; ఆమె అపరిశుద్ధురాలుగా పరిగణింపబడుచుండెను."[85] 'యూమెనస్' సైన్యములో ఒక భారతీయ సేనాధికారి ఈరానులో క్రీ. పూ. 316 లో యుద్ధములో వధించబడెను. అతని ఇద్దరు భార్యలు సహగమనమునకు సిద్ధపడిరి. గ్రీకు సేనానాయకులు చిన్న భార్యను సతిచేయుడని, పెద్దభార్య, బిడ్డను గల్గియుండుటచే మానవలసినదని చెప్పగా, పెద్ద భార్య రోదనముచేసి, శిరోజముల చించుకొనెను. చిన్న భార్య సర్వాంగసుందరముగా నలంకరించుకొని, తన సేవకులకు చేతి ఉంగరములు, విలువగలరాళ్లు, శిరసుమీది ఆభరణములు, మెడలోని హారములు, ఒసంగి, సోదరుడు సహాయపడుచుండగా, చితిపైకి ఎక్కెను; మంటలు రేగుచున్నను ఆమె కన్నీరైన కార్చలేదు; గ్రీకు సైన్యము ముమ్మారు చితి చుట్టుతిరిగెను. కొందరు ప్రేక్షకుల హృదయములు కరగిపోయెను; కొందరు ప్రస్తుతింపసాగిరి; కొందరు గ్రీకులు ఈ ఆచారము అనాగరికమని, అమానుషమని నిందింపసాగిరి."

---

85. Mccrindle — Ancient India as described by Megasthenes and Arrian P 69 – 70. Strabo (XV — 30 and 62) See M. Williams—Indian wisdom P 252.

స్ట్రాబో (XV–1–62) తన గ్రంథములో 'అరిష్టోబోలసు' ఇతర లేఖకులు, భారతీయ స్త్రీలు మృతులైన తమ భర్తలతో చితిపైన పరుండి స్వేచ్ఛగా దహనమైపోవుచుండిరని, వ్రాసిరని ఉల్లేఖించెను. 'మెక్‌క్రిండిల్' ఇట్లు వ్రాసెను. (34 వ అధ్యాయములో) 'కేటియసు' అను భారతీయ సేనాధికారి, 'కాబినే' లో యుద్ధములో చనిపోయెనని, అతని ఇద్దరు భార్యలు 'యూమినస్, ఆంటిగోనస్' అనువారలు భర్త చితిపైన పరుండుటకు వివాద పడిరని, పెద్దభార్యకు పసిబిడ్డ ఉండుటచేత ఆమె చనిపోవుటకు చట్ట మంగీకరించలేదని, చిన్నభార్యనే చితిపైన పరుండుట కేర్పాటు చేసిరని, యున్నది."[86]

ఆ కాలమున భార్యలు యువకులను ప్రేమించిన సందర్భములో భర్తలకు విషము పెట్టుచుండిరని, అందుచేత ఈ చట్ట మేర్పాటుచేసిరని డయోడరసు వ్రాసెను. కాలక్రమమున, తన భర్తతోబాటు తానుకూడ పరలోకములో గలసికొను నమ్మకముతో సహగమనాచారము జరుపుటకు పురోహితులు ప్రోత్సహించుచుండిరని తెలియుచున్నది.

'స్ట్రాబో, అరిష్టోబోలసు' వ్రాతల నుదాహరించెను. తక్షశిల వాసులగూర్చి వ్రాయుచు, అనేకమంది భార్యలను జేసుకొను పద్ధతి యిచట కలదని, ఇతర జాతులలోగూడ నిది సర్వసాధారణముగా నుండెనని, విధవలగు స్త్రీలు తమ భర్తలతోబాటు సంతోషముతో దహనమై పోవుచుండిరని, ఏ విధవ సహగమనము చేయదో

86. Mccrindle—The invasion of Alexander the great. P 369

ఆమె అవమానపూరితురాలగు చుండెనని, తెలియవచ్చుచున్నది. ("Those women who refused to burn themselves were held in disgrace") ఇతర లేఖకులుకూడ యిట్లనే వ్రాసిరి.[87]

ఇది సిధియనుల ఆచారమని, క్రీ. పూ. 242—క్రీ. శ. 500 కాలములో భారత దేశములో బ్రవేశించినదని, 'డయోడరసు' వ్రాతలనుబట్టి, సిధియనులకు అనేక శతాబ్దములకు పూర్వమే, కధియనులలో గలదని, దత్తు వ్రాసెను. ముఖ్యముగా క్షత్రియుల భార్యలు, భర్తలు యుద్ధభూమిలో జనిపోవునపుడు, సతి జరుపు చుండిరని, తెలియుచున్నది. క్రీ.పూ. 4వ శతాబ్దములో వచ్చిన, 'అనిసిక్రృటసు', 'అరిష్టోటోలసు' దర్మిలా వచ్చిన మెగస్థనీసు, స్ట్రాబో మున్నగు గ్రీకు లేఖకుల వ్రాతలవలన పైవృత్తాంతము సాంతముగ దెలియుచున్నది. మహాభారతములో నీ యాచార ముండుటచేత, ఈ యాచార మీదేశమున వ్యాప్తియైన తర్వాతనే అనగా క్రీ. పూ. 242—క్రీ. శ. 500 మధ్యకాలములో మహాభారత రచన జరిగియుండవలెను.

10. రామాయణమునకు ఉత్తరకాండమువలె, మహాభారత మునకు 'హరివంశము' కలదు. ఇందు కృష్ణచర్యలు వర్ణించ బడినవి. దీని శైలి, భాషనుబట్టి క్రీ. పూ. 5 వ. శతాబ్దికి

87. Mccrindle — Ancient India P 69. See Also Strabo — XV – 1 — 28. K. A. Neelakantha Sastry — Age of the Nandas and Mouryas. See also A. B. O. R. — Vol XIV Article on 'Sati' by Miss Sakuntala Rao M. A.—

తర్వాతదేనని, రామాయణ రచనానంతరమే, మహాభారత రచన యని పలువురు విద్వాంసులు వ్రాసిరి. ఈ యభిప్రాయముతో నేను ఏకీభవించుచున్నాను. 'హోల్ట్జమన్' (Holtzmann) మహాభారత రచన క్రీ. శ. 900—క్రీ. శ. 1000 ప్రాంతమున జరిగెననెను; కాని అది క్రీ.శ. 700 ప్రాంతమున పూర్తియైనదని, క్రీ.శ. 6, 7వ శతాబ్దములలో నిది పూర్తియైనదను 'బుహ్లరు' చెప్పిన వాదనను పలువురు విద్వాంసులు అంగీకరింతురని, 'సమద్దారు' వ్రాసెను.[88]

11. మహాభారతములో నత్యంత దక్షిణ ప్రదేశములగు కళింగ, చోళ, చేర, పాండ్య, ద్రవిడ, లంక మున్నగు రాజ్యములు పేర్కొనబడినవి. పాండ్య, ద్రవిడ, కేరళ, అంధ, కళింగాది దేశముల రాజులు ధర్మజునికి కప్పములు చెల్లించుచుండిరని సభా పర్వమును, (XXXI–71) ద్రోణపర్వము కళింగ, ఆంధ్ర, చోళ, పాండ్యరాజుల పేర్లును, 'కర్ణపర్వము' (XII–14, 15) పాండ్య, చోళ, కేరళ రాజ్యముల పేర్లను బేర్కొనెను. వనపర్వము (అధ్యా 51–22–26) లో కృష్ణుడు యుధిష్ఠరునితో మాటాడు సందర్భమున, రాజసూయ యాగమునకు వచ్చిన రాజులలో కానుకలు తెచ్చినవారిలో ననేకమందిని బేర్కొనెను. అందు 'ఓఢ్రులు, ద్రావిడులు, అంధకులు, సింహళములోని ముఖ్యులు, లంకలోని అబోరిజనుల జాతి, మాళవులు, యవనులు మున్నగు జాతుల, దేశముల రాజులు పేర్కొనబడిరి. ఇంకను వనపర్వము

88. J. N. Samaddar — Economic condition in Ancient India—P 77.

(85—33) లో గోదావరి, దండకారణ్యము, సప్తగోదావరి, ప్రయాగ, గయ, మున్నగు పేర్లుగలవు. గోదావరి, వేణ, భీమరథి, (88—2) పేర్లును, పాండ్యలో 'తామ్రపర్ణి' పేరు, (14) సౌరాష్ట్రిలోని 'ఉజ్జయిని' పేరు (23) కలవు. వనపర్వము (253—14) లో పాండ్యపేరు కలదు. ఇచటనే కేరళ, అవంతి, త్రిష్ణుల పేర్లుగలవు. భీష్మ (IX— 37, 66) పర్వము కళింగ, అంధక. అనేక కొండజాతులు అని పేర్కొనెను. కురు, పాంచాల యుద్ధమునకు వచ్చినవారుకూడ దూరప్రాంతములోని వారుకలరు. క్రీ. పూ. 4, 5 శతాబ్దములనుండి మాత్రమే ఆర్యులు దక్షిణ దేశముల నెరుంగుదురు. 'కాత్యాయనుడు' (క్రీ. పూ. 4 వ శతాబ్ది) తన వార్తికములలోను,అశోకుడు తన ధర్మశాసనములలోనుపాండ్య దేశమును బేర్కొనెను. పశ్చిమ దేశీయులు 'ప్లిని, టాలమీ' అను వారు మథురనుగూర్చి దానివర్తకమునుగూర్చివ్రాసిరి,'రోమురాజు' 'అగస్టసు'కు పాండ్యరాజొక రాయబారిని బంపెను. 'స్ట్రాబో' (క్రీ. శ. 1 వ శతాబ్ది) పాండ్యను 'పాండియన్' అనెను. 'ప్లిని' 'తాప్రోపేను' (లంక) ను వర్ణించెను. ఈయన అనేక వివరముల నొసంగెను. 'తాప్రోపేను' ను గూర్చి వ్రాయుచు, అందు నగరములులేవని, అందలి గ్రామములు 755 అని, అచటి జనులు నివసించు గృహములు కొయ్యతోను, రెల్లుతోను తయారు చేయబడినవని, మెగస్థనీసు వ్రాసెను.[89] 'అనిసెక్రటసు (క్రీ. పూ. 4 వ శతాబ్ది) కూడ దీనిని పేర్కొనెను. ప్లిని, రోమురాజగు

89. Mccrindle—Indika of Megasthenes P 173.

'క్లాడియసు' చక్రవర్తితో సింహళమునకు గల వర్తకమును వర్ణించెను. చారిత్రక రీత్యా క్రీ. పూ. 4 వ శతాబ్దమునుండి ఆర్యులు అత్యంత దక్షిణప్రదేశముల నెరుంగుదురు; కాన మహాభారతరచనము ఈ రూపములో క్రీ. పూ. 4 వ శతాబ్దికి తర్వాత కాలపు రచనయగుచున్నది. 'దత్తు' సింహళమునకు గాని, వంగకుగాని దండయాత్రలు భారతమున నున్నచో నిస్సందేహముగా నవి తరువాత కాలమున జేర్చబడియెనని, ఈ 'పాండ్యరాజ్యము' ఆర్యులచేత, మొదట గుజరాతునుండి సముద్రమార్గమున వచ్చినవారిచేత, దర్శింపబడెను అని వ్రాసెను. ఇదిసత్యమే.

12. 'మహాభారతము' వంగదేశమును బేర్కొన్నది. 'యస్. కె. చటర్జీ' మిథిల, మగధదేశములు ఆర్య ధర్మమనుష్ఠించుట క్రీ. పూ. 600 నాటికి జరిగెనని వ్రాసెను. ఇది సత్యముగానే యున్నది. అప్పటి కార్యులు వంగదేశమునకు రాలేదు. బుద్ధునికి బూర్వము మిథిల, మగధలకు తూర్పున ఆర్యుల రాక అనుమానాస్పదము. వనపర్వము (253) లో కర్ణుని దండయాత్రా సందర్భమున అంగ, వంగ, కళింగ, మగధ దేశములు పేర్కొనబడినవి. ఆదిపర్వము (100—48) లో 'దీర్ఘ తమస్సు' సుదేష్ణతో మాటాడు సందర్భమున 'అంగ, వంగ, కళింగ, పుండ్ర, సుంగ'— ఈ 5 దేశములు వారి పేర్లతో 'భూమండలమున వర్ధిల్లును' అని చెప్పబడినది. భీష్మ (IX—37, 66)లో విదేహ, మగధ, అంగ, వంగ' కళింగ దేశములు పేర్కొనబడినవి. వంగదేశమును

బేర్కొనుటచేత, క్రీ. పూ. 200_ క్రీ. శ. 200 మధ్యకాలము లోనిదని 'చటర్జీ' మన్నగు విద్వాంసులు వ్రాసిరి.

13. 'మహాభారతము' లో 'మనువు' పేరు అనేక చోట్ల కాన్పించుచున్నది. కాని 'మనుస్మృతి'లో మహాభారతముయొక్క కాని వ్యాసుని యొక్క కాని పేర్లు ఎచటను గాన్పించవు. అనుశాసనిక పర్వములోను (47 అధ్యా 34 _ 36 అధ్యా 5,) శాంతిపర్వములోను 'మనువు' పేరు కాన్పించుచున్నది. వీనినిబట్టి 'మనువు' తర్వాతనే 'మహాభారత రచనయని తేలుచున్నది. 'మనువు' క్రీ. పూ. 175 లోని వాడని 'జయచంద్రవిద్యాలంకారు' క్రీ. శ. 1వ శతాబ్దియని కొందరు పాశ్చాత్య లేఖకులు వ్రాసిరి. 'హంటరు' ప్రస్తుత మను ధర్మశాస్త్రము క్రీ. శ. 100_500 మధ్య కాలములోని రచనయని, వ్రాసెను.[90] 'ఎలిఫిన్స్టను' అను విద్వాంసుడు మనుస్మృతి క్రీ.పూ. 9 వ శతాబ్దమునాటిదని, జోన్సు క్రీ. పూ. 13 వ శతాబ్దియని, షెగ్గల్ క్రీ. పూ. 1000 అనిరి. కాని యిది సందేహాస్పదమే. మనుస్మృతిలోని అనేక శ్లోకములు మహాభారతములో గలవు. 'రామదేవు' తన భారతదేశ చరిత్రలో ననేకచోట్ల వీనిని బేర్కొనెను.[91] మనుస్మృతిలోని శ్లోకములు రామాయణములోగూడ కాన్పించుచున్నవి.

వాయుపురాణము, ఈనాటి మనుస్మృతి గుప్తరాజుల కాలమునాటి రచనయని, ఘోషు వ్రాసెను. (Early History

---

90. Dr. Hunter—The Indian Empire P 113.

91. Prof. Ramadev—History of India. Vol I—P 199.

of India P 256) మనుస్మృతి క్రీ. పూ. 500 నాటిదని 'హంటరు' వ్రాసెను.

మెక్డనాల్; మనుస్మృతి రచన క్రీ. పూ. 200-క్రీ. శ. 200 మధ్య కాలములోని దనెను. 'ఈశ్వరప్రసాద్' మనుస్మృతి రచన క్రీ. పూ. 2వ శతాబ్ద మనెను. మనుస్మృతిలో 'పుండ్రకులు, ద్రవిడులు, యవనులు, శకులు, పాహ్లవులు' (X-43, 44) మున్నగు వారి పేర్లు గలవు. ఇట్టి శ్లోకము మరియొకటి, అనుశాసనిక పర్వము 33 అ. లో గాన్పించుచున్నది. గుప్తరాజుల కాలములో నీ అధ్యాయము మహాభారతములో జేర్చబడి యుండవచ్చునని 'మనుస్మృతి' పూర్వపు సూత్రముల ననుసరించి వ్రాయబడిన గ్రంథమని, ప్రస్తుత మనుస్మృతి గుప్తరాజుల కాలమునాటిదని, 'భండార్కరు' అభిప్రాయము.[92] ఈ మనుస్మృతిలో మొదట లక్ష శ్లోకములు గలవని, తరువాత 12000 అయినవని, చివరకు 4000 అయినవని తెలియుచున్నది. ఈనాటి మనుస్మృతిలో 2684 శ్లోకములు మాత్రము గలవు. అందుచేత మహాభారతకర్త ఏ మనువును గూర్చి చెప్పెనో తెలియదు. ఎట్లయిన మనువు తర్వాతనే మహాభారత రచన జరిగియుండవలెను.

14. ఆదిపర్వము (95అధ్యా.—85) లో 'శతానీక,అశ్వమేధదత్తు పేర్లు గలవు. వీరు క్రీ. పూ. 9 వ శతాబ్దములోనివారు. ఆదిపర్వము (64 — 19) లో పాండవులు, వేదవేదాంగములను

92. R. G. Bhandarkar — A peep into early History of India P 66, 67.

ఉపనిషత్తులను జదివిరి యని కలదు. ఉపనిషత్తులు క్రీ. పూ. 7 వ శతాబ్దములోనివి; వేదాంగము లింకను తరువాతకాలములో గలవు. వీనికి తర్వాతనే మహాభారత రచన జరిగియుండవలెను.

15. సభాపర్వము (II - 578, 579) లో యవన రాజ కుమారుడు 'భాగదత్తుడు' మారురాజుగా (Marwar) పశ్చిమదేశ పాలకుడుగా, యుధిష్ఠరుని తండ్రికి ప్రియమిత్రుడుగా పేర్కొన బడినాడు. ఈయన 'అపోల్లో డోటసు' అని (క్రీ. పూ. 160) విద్వాంసుల ఊహ. ఈయనను పేర్కొనుటచేత, ఈ రాజకుమారుని అనంతరమే మహాభారత రచన యని కొందరి అభిప్రాయము.[93] కాని ఈ 'భాగదత్తుడు' 'అపోల్లో డోటసు' అని చెప్పుటకు ఆధార ములు లభించవు.

16. మహాభారతములో 'ఆసురి. కపిల, జనక, గౌతమ, మైత్రి' మున్నగు పేర్లు గలవు. అనేక వంశావళులు వర్ణింప బడినవి. ఆసురి. కపిల, జనకులు క్రీ. పూ. 9 వ శతాబ్దిలోని వారు. న్యాయశాస్త్ర కర్త గౌతముడు క్రీ. పూ. 6 వ శతాబ్దిలోని వాడుగా గాన్పించుచున్నాడు. కనుక ఈ కాలమునకు తర్వాతనే మహాభారత రచన జరిగినది.

'ఘోషు' అను విద్వాంసుడు రామాయణరచన క్రీ.పూ.200- క్రీ. శ. 200 అని, మహాభారత రచన క్రీ. పూ. 400- క్రీ.శ. 400 అని, కురుక్షేత్ర యుద్ధము క్రీ. పూ. 1000 అని వ్రాసెను.[94] మహా

93. A. Weber—A History of Indian Literature P 188
94. N. N. Ghosh M. A—Early History of India P 56—57

భారతము యొక్క ఆఖరు ఆవృత్తి గుప్తరాజుల కాలమున క్రీ. పూ. 3, 4 శతాబ్దులలో జరిగెనని కొందరు విద్వాంసులు వ్రాసిరి. అమెరికన్ సంస్కృత విద్వాంసుడు 'హాప్కిన్సు' రామాయణ, మహాభారతముల బరిశోధించి, శైలి, భాష, మున్నగువానినిజూచి రెండు నొకే కాలమునకు జెందినవని వ్రాసెను. 'రాప్సను' (Rapson) మహాభారతము క్రీ. పూ. 400—క్రీ. శ. 300 అని, రామాయణము క్రీ. పూ. 400 — క్రీ. శ. 200 అని, స్మిత్ క్రీ.పూ. 400—క్రీ.పూ. 200 మధ్య కాలమున 'మహాభారత రచన' యనెను. ప్రస్తుతపు మనుస్మృతిలోని శ్లోకము లనేకములు వర్తమాన మహాభారతములో నుండు కతన, భాషనుబట్టి, ఇతర కారణములచేత, మెక్డనాల్ (Macdonall) క్రీ. పూ. 3-1 వ శతాబ్దుల మధ్య మహాభారత రచన యని యభిప్రాయ మిచ్చెను. ఒకచోట మూలకృతి క్రీ. పూ. 5 వ శతాబ్ది నాటిది కావచ్చు ననెను. పాల్మాసెన్ అవర్సెల్, మహాభారత రచన క్రీ.పూ. 200 క్రీ. శ. 200 మధ్య జరిగెననెను. లక్ష శ్లోకముల మహాభారత కర్త 'సౌతి' క్రీ. పూ. 3 వ శతాబ్ది ప్రాంతపువాడని 'సఫ్రే పండితుడు' వ్రాసెను. 'మున్షీ' క్రీ. పూ. 200 క్రీ. శ. 500 మధ్య కాలములో 'మహాభారత' రచన యనెను. 'ఈశ్వరీ ప్రసాద్' 'మహాభారతము' అనేకమంది కవుల రచన యని దీని రచనాకాలము క్రీ. పూ. 700—క్రీ. శ. 200 అని చెప్పెను. (History of India P. 43) 'వింటర్నిట్జ్' మహాభారత రచన, క్రీ. పూ. 4 వ శతాబ్దమునకు పూర్వముకాదని, క్రీ. శ. 4 వ శతాబ్దమునకు బరము

కాదని అభిప్రాయ మొసంగెను.[95] దత్తు, పౌరాణిక కాలములో గూడ మహాభారతపు యొక్క ఆఖరు సవరణలు జరుగుటచేత కాలనిర్ణయము కష్టమని, 'ప్రస్తుత రూపము తరువాత కాలములోని గ్రంథమై యున్నదని అభిప్రాయ మొసంగెను. క్రీ. పూ. 300 లో మహాభారత విస్తరణ జరిగెనని మెక్డనాల్ వ్రాసెను. హంటరు మహాభారత రచన క్రీ. పూ. 200 లో జరిగెను' అని వ్రాసెను. తర్వాత కాలములోని ప్రతి కవి, సంపాదకుడు తన శక్త్యాను సారము మహాభారతమును పెంచుటకు, మార్చుటకు, అపార్థము చేయుటకు ప్రయత్నించిరి. ప్రతి నూత్నమత శాఖవారు తమ నూత్న సిద్ధాంతములనీజాతీయ కృతిలో జేర్చుటలో జాగ్రత్త పడిరి. (Dutt-''Every later poet and editor has contributed his mite towards enlarging, altering, distorting the ancient epic; every new sect has been careful to incorporate its new-fangled tenets in this national work.") ఈ ప్రకారము మహాభారతమును గూర్చి పలుపురు విద్వాంసులు వ్రాసిరి.

'శతపథ బ్రాహ్మణము' లో 'ఇతిహాస పురాణము' లని అనేకచోట్ల వాడుట, 'ఐతరేయ బ్రాహ్మణము' లో 'ఆఖ్యాన' యని యుండుట, 'ఛాందోగ్యోపనిషత్తు' లో 'ఇతిహాస పురాణం పంచమ వేదానాం వేదం' అనిఉండుట, మహాభారతము అశ్వమేధ పర్వము (111–58) లో 'ఇతిహాస పురాణం' అని ఉండుట,

95. M Winternitz—History of Indian Literature P 463

ఇత్యాది పదములు ప్రాచీన బ్రాహ్మణాది గ్రంథములలో నుండుట చేత, ఏదియో 'ఇతిహాస పురాణము' తప్పక కలదని ఊహించ వచ్చును. అది 'వేదవ్యాస రచితమైన' జయయే కావచ్చునని ఊహ కల్గుచున్నది; ఆదిపర్వములోని వచనము, జనవాడుకకాక ఇతరాధారములు లభించవు. అదియే ఇతిహాసమును, పురాణము కూడ నై యున్నది. ఇది నిజమైనచో దీని మూల స్వరూప మిపుడు తెలియరాకున్నది.

జయ, భారతము, మహాభారతము, వర్తమాన మహాభారతము చారిత్రకముగా సత్యమనుకొన్నచో, క్రీ. పూ. 10 వ శతాబ్దము నుండి క్రీ. శ. 4 వ శతాబ్దము వరకు అనగా గుప్తరాజుల రాజ్యకాలము వరకు రచన జరుగుచునే యుండెనని చెప్పవచ్చును. ఇంకను తర్వాత కూడ చేర్చియే ఉండవచ్చును. లిపి, లేఖన సామగ్రి విరివిగా వ్యాప్తిలోనికి రానికారణమున, పండితులు తమ యిష్టానుసారము ఎప్పటి కప్పుడు చేర్చుచునే యుండిరి. అందుచేత మదరాసు, బొంబాయి, కలకత్తా ప్రతులు భిన్నసంఖ్యగల శ్లోకములతో నిండియున్నవి. రామాయణమువలె, మహాభారతము కూడ చాలకాలము వరకు వ్రాతలోనికి రాలేదని, అందరు విద్వాంసు లంగీకరించిన విషయమే.

మహాభారతము — యోగ్యత

గ్రీకుభాషలోని 'హోమరు' కావ్యమువలె, భారతీయులకు 'మహాభారతము' కలదు. దీనిని పంచమవేదముగా భారతీయులు భావించుచుందురు. దీనిలో ధర్మశాస్త్రము, అర్థశాస్త్రము, మోక్ష శాస్త్రమునకు సంబంధించిన విషయము లనంతములుగా నున్నవి. పురాణ, కావ్యాదుల అంశములు బహుళముగా నిమిడియున్నవి. ఆర్యుల దార్శనిక చింత ఈ గ్రంథములో విపులముగా నందందు వర్ణించబడియున్నది. వేదవ్యాసుడు, వైశంపాయనుడు, ఉగ్రస్రవస సౌతి' వీరితోబాటు వర్తమాన భారత రచయితల పేర్లు సరిగా తెలియకున్నవి. వీరి ప్రతిభ చాల గొప్పదని చెప్పవచ్చును. మహాభారతము 'శాంతిపర్వము' లో నైమిశారణ్యములో జరిగిన తర్క-వాదనల వృత్తాంతము గలదు- వీనిని జూచిన 'రాజకీయశాస్త్రము' నయవిద్యనుగూర్చి ఆ కాలమున వీరికెట్టి భావములుగలవో విశద మగుచున్నది. దార్శనిక, ధార్మిక చింతలతో, సదుపదేశములతో నిది బృహత్కోశమై వెలయుచున్నది. ఇది స్మృతి, ధర్మశాస్త్రము కూడనై యున్నది. హిందువులకు మత గ్రంథమై యున్నది. 'హాల్జమన్' అను విద్వాంసుడు దీనిని గూర్చి వ్రాయుచు, క్రీ. శ. 900 తర్వాత ఇది బ్రాహ్మణులచేత ధర్మశాస్త్రముగా మార్చబడినదని, ఈ కాలములో నిందలి భాగములన్ని చేర్చబడిన వని వ్రాసెను. ("The epic was turned into a Dharma-sastra by the Brahmins after 900 A. D. and that whole books were added at this late period.")

కాని క్రీ. శ. 5వ శతాబ్దమునాటి శాసనములనుబట్టి, కొన్ని ఆలయములలో నిది పారాయణ గ్రంథమై వెలయుచుండెనని, అప్పటికే ధర్మశాస్త్రముగా, పంచమవేదముగా భావించబడుచుండెనని తెలియుచున్నది. అందుచేత పై లేఖకుని వ్రాతలోని కాలము తప్పుగా గాన్పించుచున్నది.

ఒక విద్వాంసు డిట్లు వ్రాసెనని 'శ్రీనివాసాచారి' తన 'భారతవర్ష చరిత్రము' లో నుల్లేఖించెను. "అనేక తరములవరకు దుఃఖములో, ఆనందములో, దినవారీ శ్రమలో, తమ దుఃఖోపశమనమునకు, ఈశ్వరప్రేరిత జ్ఞానమునకు లేక ఆత్మజ్ఞానమునకు ఈ పవిత్రమైన కావ్యమువంక భారతీయులు జూతురు.[96] (A learned writer "For generations, Indians have turned in sorrow, in joy and in daily toil to these noble poems for solace and inspiration.") ఇది సత్యమే.

'మాక్సుముల్లరు' అను విద్వాంసుడుకూడ నిట్లు చెప్పెను. "చదువుకొన్న ప్రతి భారతీయుడు తన మహాభారతము, రామాయణములగూర్చి, 'జర్మనులు' తమ 'నైబిలుంగి'ని జూచి, గ్రీకులు, ఆధునిక గ్రీకులు సైతము తమ హోమరును జూచి, ఎంత గర్వింతురో అంత గర్వమును బొందు దినము వచ్చునని నే నాశించుచున్నాను.[97] ("I expect the time will come,

96. C. S Sreenivasachary—History of India. P 31.
97. See A. B. O. R. Vol V and VI.

when every educated native will be as proud of his Mahabharatha and Ramayana as Germans are of their Niebelunge and Greeks, even modern Greeks, of their Homer.") అక్బరు చక్రవర్తి కూడ ఇందలి నైతిక ధర్మబోధలను, ఉపదేశములను, జదివి, హిత వచనములతో గూడిన అనుభవములు పెక్కులుగలవని ప్రశంసించెను.

ఇందు దేవతల, రాజుల, ఋషుల చరిత్రలుగలవని, జగత్సృష్టి, దేవతల వంశావళి, వేదాంతము, న్యాయశాస్త్రము, మతము, క్షత్రియ ధర్మములు మున్నగు విషయములుగలవని, మూలమైన చారిత్రక సంఘటనములలో కురుపాంచాలయుద్ధముతో నివి చేర్పబడినవని, భగద్గీతకూడ చేర్పబడినదని, ఇది వీర కావ్యమని, ధర్మార్థకామ మోక్షములకు సాధనభూతమని, పవిత్ర సాంప్రదాయములకు స్మృతియని, మనుష్య ధర్మముల బోధించు గ్రంథమని, హిందువులందరికి మతబోధ కుద్దేశింపబడిన గ్రంథ మని, 'మెక్డనాల్' ప్రశంసించెను. ఇది సత్యమే. నైతికధర్మ బోధ కిది విజ్ఞానసర్వస్వమని ఈయనయే వ్రాసెను. (The whole work wears the aspect of an encyclopaedia of moral teaching) అన్ని సంస్కృత కావ్యములు రెండు విధములుగా గాన్పించుచున్నవి. ఒక రకము ఇతిహాస, ఆఖ్యానపురాణములు. రెండవరకము కావ్యములు. మొదటివానిని 'ఇతిహాస పురాణములు' అందురు. ఈ మహాభారత కావ్యము,

వేదముల ననుసరించి మామూలు జనుల కుపదేశించుటకు, ధర్మార్థ కామమోక్షముల బోధకు, వ్రాయబడినది. ఖండఖండాంతర ఖ్యాతిని గన్న 'భగవద్గీత' మహాభారతములోనే యున్నది. దీనిని జదివి 'వారన్‌హేస్టింగ్సు' కాకుండా, అమెరికావాసి 'థీరో' వేనోళ్ల ప్రశంసించెను. 'థీరో' యిట్లు చెప్పెను. "ఈ గీత అను పవిత్రమైన అమృతాంబుధిలో ప్రతి దినము నిష్ఠలో ప్రాతఃస్నాన మాచరించి, ఆనందమందు చుంటిని."

ఇట్లు మహాభారతము. పంచమవేదమై, ఇతిహాసపురాణమై. కావ్యమై, ఆధ్యాత్మిక ధర్మములుగల గీతగలదై, శాస్త్రమై. యోగ శాస్త్రమై, ధర్మశాస్త్రమై రాజులకు ధర్మములుబోధించు గ్రంథమై, వీరకావ్యమై, మతగ్రంథమై, మామూలు జనులకు ధర్మశాస్త్రమై, నీతిశాస్త్రమై, ఉపనిషత్తుల, దర్శనముల సారముగలదై బ్రాహ్మణ మత విజ్ఞానసర్వస్వమై వెలయుచున్నది. ఇది యొక విశ్వకోశ మని పండితులు కొనియాడిరి. ఒక విద్వాంసుడు దీనిని 'బ్రాహ్మణ సాంప్రదాయముల బోధించు విజ్ఞానసర్వస్వము' (Encyclopaedia of Brahmanic tradition) అని పేర్కొనెను. ఉపనిషత్తుల కాలమునాటి, రాజులయొక్క, ఋషులయొక్క సభ లనుగూర్చి, వాగ్వివాదముల, తర్కవితర్కముల గూర్చి నైమి శారణ్యయాగములగూర్చి, చారిత్రక సత్యములనుగూడ ప్రసా దించినది. ఆయా రాజుల, ఋషుల జన్మవృత్తాంతముల మర్మము లేకుండ ఉల్లేఖించినది. ఇందులోనున్న విషయములు ఇతరత్రా కాన్పించునుకాని యిందులేని విషయము లెందును కాన్పించవని

మహాభారతమే తెల్పుచున్నది. ("యదిహాస్తితదన్యత్రయన్నేహాస్తినతత్క్వచిత్") ఇది మొత్తము సారస్వతమేకాని ఒక గ్రంథముకాదని 'వింటర్‌నిట్జ్' వ్రాసెను. (H.I.L—p 316.)

మహాభారత రచనలో ఉద్దేశ్యము

మహాభారత రచనలో రెండు ఉద్దేశ్యములు గలవని 'రైసు డేవిడ్సు' తన బౌద్ధకాల హిందూదేశ చరిత్రలో వ్రాసెను. ఒకటి, పురోహితవర్గము వారికి వ్యతిరేకముగా బౌద్ధులు తదితరులు బోధించిన ధర్మములచే,పడిపోయిన బ్రాహ్మణమతాధిక్యతను తిరిగి నిలబెట్టుట; రెండవది, సామాన్య ప్రజలు అధికముగా గౌరవించు మతములు పూజాపద్ధతులు, నమ్మకములను బ్రాహ్మణులు అంతకు ముందే అనుసరించు చుండిరని, వారికి వానియందు కనికరము లేక అభిమానము గలదని చూపుటకు మహాభారతమును రచించిరని వ్రాసెను.[98] ఇవి సత్యముగానే యున్నవి.

'షెండె' అను విద్వాంసుడు కూడ, ఇందులోని సంగతులు ఉపాఖ్యానములు, బ్రాహ్మణమతము కొరకే వ్రాయబడినవని, ఇది 'బ్రాహ్మణమత విజ్ఞాన సర్వస్వ మనుటకు తగియున్నదని, బ్రాహ్మణుల ప్రయత్నములచేతనే 24000 శ్లోకముల భారతము విస్తరింపబడి, లక్ష శ్లోకముల మహాభారతముగా తయారై,

68. Rhys Davids—Buddhist India P 142

బ్రాహ్మణ సాంప్రదాయముల విజ్ఞాన సర్వస్వముగా చేయబడినదని వ్రాసెను.[99] ఇది సత్యముగానే యున్నది.

దీనిలో ముఖ్యవిశేష మేమనగా, 'భార్గవులు' అను ఋషులు ఆకస్మికముగా మహాభారతములో ప్రఖ్యాతి వహించిరి. వీరు విదేశీయ బ్రాహ్మణ సాంప్రదాయముగా గాన్పించు చున్నారు. అని డా. సూక్తాంకరు వ్రాసెను. (Dr. Sukthankar-The Bhargavas spring into prominence all of a sudden in the M. Bh.; this is foreign Brahmanical element.) జనమేజయుని పురోహితుడు 'ఇంద్రోత దైవాపి శౌనకుడు' అని, వీరు భార్గవ లేక అధర్వ అంగిరస వంశీకులని, అధర్వ వేదము, మహాభారతము రచించిరని, మెక్డనాల్, కీత్ అను విద్వాంసులు 'వేదిక్ ఇండెక్సు' లో వ్రాసిరి. అధర్వ వేదమహిమ వ్యాప్తి యగుటకు, మిగత మూడు వేదములతోబాటు ప్రాధాన్యత గల్గుటకు, అధర్వవేదరచయితలే మహాభారత రచన చేసియుండిరను, పలువురు విద్వాంసుల అభిప్రాయముతో నేను ఏకీభవించుచున్నాను.

---

99. N. J. Shende—A. B. O. R—Vol. 24. "There has been a definite attempt in the whole of the M. Bh to press the majority of the incidents and episodes in the cause of the Brahmanic religion. The M. Bh. in fact deserves to be called 'Encyclopaedia Brahmanica.' It is probable that it was due to the attempts of the Brahmanas that the Bharata of 24000 verses was enlarged into the M. Bh. of a lakh of verses, claiming to be the Encyclopaedia of Brahmanic traditions."

అది జనమేజయుని కాలమగుటచేత, అథర్వవేదము కూడ క్రీ. పూ. 9వ శతాబ్ది రచనయగుట నిశ్చయము.

• మహాభారతములో 275 గురు బ్రాహ్మణులపేర్లు 8500 సార్లు వచ్చినవి; వీనితోబాటు ఏడుగురు ఋషులపేర్లు మరీచి, అత్రి, అంగిరస, పులస్త్య, పులహ, క్రతు, వశిష్ట — వీరి పేర్లు అనేకసార్లు వచ్చినవి. వీనితోబాటు భృగుఋషి పేరుకూడ వచ్చినది. పై ఋషుల పేర్లు ఈ ప్రకారము వచ్చినవి. 1 అంగిరస 3200 సార్లు. 2 భృగువు 1500 సార్లు. 3 వశిష్ఠ 830 సార్లు. 4 మరీచి 175 సార్లు. 5 అత్రి 60 సార్లు. 6 పులస్త్య 35 సార్లు. 7 పులహ 20 సార్లు. 8 క్రతు 20 సార్లు. ఇందులో ముఖ్యముగా అంగిరస, భృగువు, వశిష్ఠుల పేర్లు ఎక్కువ పర్యాయములు వచ్చినవి. 'జయ' రచయితయను చెప్పబడు 'వేదవ్యాసుడు' వశిష్ఠ వంశజుడు. ఈ ప్రకారము భృగ్వంగిరసుల పేర్లు అధిక పర్యాయములు వచ్చినవి. ఈ రెండువంశముల వారి గొప్పతనము బయల్పరచుటకు, భార్గవరాముని ఆధిక్యత గోరంతలు కొండంతలుగా జేయబడినది. ఈయన భృగువంశీయుడు. అట్లనే 'అంగిరస వంశమునకు జెందిన కృప, ద్రోణ, అశ్వత్థామలను వీరుల పాత్రకూడ చక్కగా వర్ణింపబడినది. పై చెప్పిన భృగ్వంగిరసులే అథర్వవేదమును 4వ వేదముగాను మహాభారతమును పంచమ వేదముగాను జేసిరి. సి. వి. వైద్యాకూడ వేదవ్యాసుడు మూడు వేదసంహితలనే కూర్చెనని, అథర్వవేదమునకు ప్రాధాన్యత

గల్గుటకు మహాభారతమును జేర్చిరని వ్రాసెను. ఇది సత్యముగా గాన్పించుచున్నది. ఈ 3 వేదములలో పురాణములకు మూలము గలదని ఆదిపర్వము (100–68) తెల్పును. భృగ్వంగిరసులే మహాభారతమును విస్తృత పరచిరని, మహాభారతముయొక్క ఆఖరు రూపమునకు వీరే కారణభూతులని, ముఖ్యులని, ముఖ్యమగు కథలన్ని బ్రాహ్మణాధిక్యతను సూచించు చున్నవని, 'షెండె' వ్రాసెను.[100]

అథర్వ వేదము వెనుక బుట్టినందున నితర వేదములతో బాటు గౌరవము సంపాదించు కొనుటకు దానికి గొంతకాలము పట్టెను."[101] అని లక్ష్మణరాయ ధీమణి వ్రాసెను. దీనికి 'అథర్వాంగిరస వేదమని, భృగ్వంగిరస వేదమని పేర్లు గలవు; ఏలనన ఇందు భృగు, అంగిరసుల మహిమ విశేషముగా గాన్పించును. మహాభారతములో గూడ నంతియే. అథర్వుడు, అంగిరసుడు అను యిద్దరు ఋషులు ఈ వేద ప్రవర్తకులుగా గాన్పించుచున్నారు. అంగిరసుడు 16 సూక్తములకు కర్త; భృగువు 22 సూక్తములకు కర్త; భృగ్వంగిరసులు 22 సూక్తములకు గర్తలు. అధర్వాంగిరసులు కలసి 17 సూక్తములకు కర్తలు. అందుచేత ఈ వేదమును 'అధర్వాంగిరస వేదమని, భృగ్వంగిరసవేదమని' పిల్తురు. ఈ ప్రకారము భృగ్వంగిరసుల సంబంధము మహిమ అథర్వవేదము, మహాభారతములలో హెచ్చుగా గాన్పించుచున్నది. అందుచేత వీని రెంటికి సంబంధము గలదని చెప్పవచ్చును.

---

100. N. J. Shende—A. B. O. R. Vol XXIV.
101. కె. వి. లక్ష్మణరావు—అధర్వణవేదము, (ఆ. వి. న. సం. 2-పుట 736)

"అప్పటి సంఘములో గల బ్రాహ్మణాధిక్యతకు బ్రాహ్మణ మతమునకు సంబంధించిన కథలు అందులో జేర్చియుండుటచేత, వారి ఉద్దేశ్యము బ్రాహ్మణ విజ్ఞానము, శక్తి, సంప్రదాయముల నందు జొప్పించుటయే యైయున్నది.[102] ఇది ఇతిహాసములోని శ్లోకమునుబట్టియే తెలియుచున్నది. మహాభారతములో (I-56,63) "యది హాస్తి తదన్యత్ర, యది వినాస్తి తత్ క్వచిత్" అని కలదు. భార్గవ వంశమునకు జెందిన శౌనకుడు కూడ, తన పూర్వుల మహిమ వినగోరినవాడై యిట్లు సూతు నడిగెను. "తత్రవంశ మహం పూర్వే శ్రోతు మిచ్ఛామిభార్గవమ్" (1-5-3)

ఆ కాలపు సామాన్య ప్రజల మనసులు బౌద్ధమతము పైకి పోవుటచే, వానిని త్రిప్పి, బ్రాహ్మణమతముపై దృష్టి బరపుటకు మహాభారత రచనచేసిరి. (Popular method — "Win the minds of the masses.") ఈ ప్రకారము మూలభారతమునకు అధర్వ వేదమునకు సంబంధముండగా, బౌద్ధ మతోదయమైన తర్వాత వర్తమాన మహాభారత రచన జేయుచు, సామాన్య జనుల నాకర్షించుటకు, బౌద్ధ మతముమీదకు దృష్టిపోకుండ, ప్రజల నాకర్షించుటకు అనేక ఉపాఖ్యానములు చేర్చి, నీతి బోధక ముగా మహాభారత నిర్మాణ మొనర్చిరి. ప్రజల కుపదేశించుటకు దీనినొక సాధనముగా జేసి, విపులమైన వ్యాప్తి యొనర్చిరి.

102. N. J. Shende—A. B. O. R. Vol. 24.

II

భారత యుద్ధ కాలనిర్ణయము

హిందూ ఆర్యులలో కురుపాంచాలురకు గురుక్షేత్రమను ప్రదేశమువద్ద గొప్ప యుద్ధము జరిగెనని చరిత్రకారు లందరు నంగీకరించిరి. దత్తు పాండవులకు సంబంధించిన కథ కేవలము కల్పితగాథ యనెను.[103] కొందఱు సత్యమే యనిరి. ఆర్యులకు ఆర్యులకు మధ్య జరిగిన యుద్ధమే కురుపాంచాల యుద్ధము. ద్రుపదునిచే తిరస్కృతుడైన ద్రోణుడు, ద్రుపదునిబట్టి తెమ్మను టలో, కురుపాంచాల వైషమ్యములకు కారణ భూతమైనది. కాని ఈ ఇతిహాసములో కురుపాంచాలురు ముఖ్యనాయకులు కాదు. కురుల పేరు భరతులు. వీరి పేరుతోనే భారతమైనది. ముఖ్య నాయకులు, నాయకి పంచపాండవులు, ద్రౌపది యగుచున్నారు. పాండవులు ప్రత్యేక జాతియని, వారు నాయకులుగానుండి పాంచా లురకు సహాయపడిరని, ద్రౌపదిని వివాహమాడిరని, యుద్ధములో ప్రముఖపాత్ర వీరే వహించిరని, తెలియుచున్నది.

ఈ కథకు గల చారిత్రక సంబంధ మేమనగా, వేదములు కురుపాంచాల యుద్ధమునకు బూర్వమే కూర్చబడియెనని, దత్తు పండితుడు వ్రాసెను. అథర్వ వేదము మాత్రము దరిమిలా కూర్చ

1C3. R. C. Dutt—Ancient India P 40. "It is certain that this central story is a myth" A D. Pusalker—Studies in epics and puranas, P 74 "The great battle at Kurukshetra is a historical fact."

బడుట నిక్కువము. కురుపాంచాల యుద్ధ మెపుడు జరిగెనను విషయములో భిన్నాభిప్రాయములు గలవు. ఆదిపర్వము (II-13) ను బట్టి కురుపాంచాలుర మధ్య ద్వాపరయుగాంతమున కలియుగాదినిగొప్పయుద్ధముజరిగెనని తెలియుచున్నది. 'కల్హణుడు' తన రాజతరంగిణిలో ద్వాపర యుగాంతమున యుద్ధము జరిగె ననెను. కలియుగ ప్రవేశము క్రీ. పూ. 3102 సంవత్సరముల క్రితమని హిందువుల గణిత మగుటచేత, ఇప్పటికి 5000 సంవత్సరముల క్రితము భారత యుద్ధము జరిగెనని వారి యూహ. క్రీ. పూ. 3102 ఫిబ్రవరి 17—18 అర్ధరాత్రి గురువారమున కలియుగారంభము. సి. వి. వైద్యా కూడ, భారత యుద్ధము క్రీ. పూ. 3101 లో జరిగెనని, మూల భారతము ఈ యుద్ధము తర్వాత కొద్దికాలమునకే రచింపబడెనని అభిప్రాయ మొసంగెను. (See Epic India) ఈయన కృష్ణుని నుండి చంద్రగుప్తుని వరకు 138 తరములని, తరమునకు 20 ఏండ్లువేసి దీనిని చెప్పెను. మహాభారతము 'మౌసల పర్వము' ను బట్టి చూడగా, మహాభారత యుద్ధము కలియుగారంభమునకు 37 ఏండ్లు పూర్వము జరిగెనని తేలుచున్నది. కాని ఈ యుగప్రమాణము లేవియు చారిత్రక సత్యములు కాజాలవు.

కీ. శే. రంగాచారి, చారిత్రాత్మకమైన కలియుగము ఒకటి కలదని, వేదములు సంహితలుగా విభజించినపుడు, తైత్తిరీయ సంహిత ('కృష్ణయజుర్వేదము') రచించినపుడు, కలియుగారంభమని, ఈ కలియుగారంభములోనే మహాభారత యుద్ధముజరిగెనని,

వ్రాసియున్నాడు. (M R Sampathkumar - Sri Krishna P 59) పండితులు చెప్పు కలియుగము, సప్తర్షి కూటమికి సంబంధించిన కలియుగము; చరిత్రతో దీని కెట్టి సంబంధములేదు. అధర్వవేదములో (19 కాం. 7 సూ.) 28 నక్షత్రముల పేర్లున్నవి. అవి అశ్వనితో ప్రారంభము కాక కృత్తికతో నారంభమైనవి. అయన చలనగతిని బట్టి గుణించగా అది క్రీ. పూ. 2850 – క్రీ. పూ. 1100 మధ్య కాలమగునని, దీనిని బట్టి మహాభారత యుద్ధము క్రీ. పూ. 1400 కు తరువాత కాదని అభిప్రాయ మొసంగెను.

'రంగాచార్య' మత్స్యపురాణమునుబట్టి నందులు 100ఏండ్లు రాజ్యమేలిరని, చంద్రగుప్తుడు క్రీ. పూ. 315 లో రాజ్యపాలనకు వచ్చెనని, దీనికి క్రీ.పూ. 315+1050+100 కలిపిన. క్రీ.పూ.1465 అగునని వ్రాసెను. జయస్వాలు. యుద్ధము క్రీ. పూ. 1424 అని 36 ఏండ్ల పాలనయని కలియుగారంభము క్రీ. పూ. 1388 అనెను. 'మెగస్థనీసు', 'డయోనిసిస్ నుండి 'సాంద్రకోటసు' కు హైంద వులు 153 రాజులు, 6042 ఏండ్లు పాలించిరని చెప్పుమరని, ఈ 'డయోనిసస్' హేరకిల్సుకు 15 తరముల ముందని వ్రాసెను. 'సాంద్రకోటసు' చంద్రగుప్తుడని 'జోన్సు' మున్నగువారు వ్రాసిరి. 'హేరకిల్సు' కృష్ణుడో, బలరాముడో యగును. క్రీ. పూ. 315 కు 6042 కలిపిన, 6357 అగును. కాని ఇది తప్పు.

పరీక్షిత్తుకు, మహాపద్మనందునికి మధ్యకాలము పురాణముల బట్టి తీసి, భారత యుద్ధము క్రీ. పూ. 14 వ శతాబ్దిలో జరిగి

యుండునని కొందరు విద్వాంసు లభిప్రాయ మొసంగిరి. పై చెప్పిన క్రీ. పూ. 3102 నాటి కాలమునకు యుధిష్ఠర శకమని పేరు గలదు. కొందరు జ్యోతిష్కులు తరువాత 6 శతాబ్దములకు గాని యుద్ధము జరుగలేదని వ్రాసిరి. (Cunningham-Indian eras P 6—13) ఈ రెండు కాలములు మన చరిత్ర కేమాత్రము ఉపయోగించవు.

'రాజారావు' అను విద్వాంసుడు క్రీ. పూ. 2052 లో నీ యుద్ధము జరిగె ననెను.[104] మహాభారత యుద్ధకాల మపుడు సప్తఋషులు 'మఖ' లో నుండిరని 'వృద్ధగర్గుడు' ఒక శ్లోకము వ్రాసెనని, దానిని 'భట్టోత్పలుడు' పేర్కొనెనని, వరాహమిహి రుడు దీనినే పేర్కొని, యుధిష్ఠరుడు శా. శ. నకు 2526 సంవ త్సరములు పూర్వము రాజ్యమేలెనని వ్రాసెనని, ఆర్యభట్టు శాఖీ యులు, క్రీ. పూ. 3100 సంవత్సర ప్రాంతమున ఈ యుద్ధము జరిగె ననిరని, పౌరాణిక జ్యోతిష్కులు క్రీ. పూ. 2500 అనిరని, తన నమ్మకము క్రీ. పూ. 2052 అని, పై లేఖకుడు వ్రాసెను, కల్హణుని లెక్క ప్రకారము క్రీ. పూ. 2449 అగుచున్నది.

శ్రీశచంద్రవిద్యార్ణవుడు క్రీ. పూ. 1763 లేక 1922 న భారత యుద్ధమనెను. 'సర్ విలియమ్ జోన్సు' క్రీ. పూ. 1580 లోననెను. కోల్‌బ్రూక్సు, తిలక్ 'అట్లేకరు' భారత యుద్ధకాలము క్రీ. పూ. 14 వ శతాబ్ది యనిరి. 'పెంటాటక్' అనువాదు

104. M. Rajarao—Bharathiya Vidya Vol X-P 106

క్రీ. పూ. 1452 న యుద్ధమనెను. 'బెంట్లి' యుద్ధ కాలము క్రీ.పూ. 15 వ శతాబ్దమని, కృష్ణుడు క్రీ. పూ. 1400 లో గలడని వ్రాసెను. 'పూసాల్కర్' క్రీ. పూ. 1400 లో యుద్ధమనెను. 'ఎల్ఫిన్‌స్టన్', 'అల్టేకరులు' క్రీ. పూ. 14 వ శతాబ్దములో యుద్ధమనిరి. [105] 'రాయ్‌చౌదరి' ఇతిహాసపురాణ సాంప్రదాయములనుబట్టి పరీక్షిత్తు రాజ్యారోహణ కాలము క్రీ. పూ. 14 వ శతాబ్దము మధ్య కాలములో ననెను. [106] కాని మరియొకచోట క్రీ. పూ. 9 వ శతాబ్దిలో భారతయుద్ధమని వ్రాసెను. దత్తు క్రీ. శ. 13 శతాబ్దమనెను. 'కె. జి. శంకర్' యుద్ధకాలము క్రీ. పూ. 1183 అనెను. [107] ఈ యుద్ధములో 'సహదేవుడు' చనిపోవుటచేత, భారతయుద్ధమునకు ముందు 10 మంది రాజులుండుటచేత, ఈ యుద్ధము 1509—10 × 32.6 = క్రీ.పూ. 1183 ప్రాంతమున జరిగెననెను. 'హంటరు' క్రీ. పూ. 12 వ శతాబ్దమనెను. పురాణములు, పరీక్షిత్తు జననము మహాపద్మనందునికి 1050 ఏండ్ల క్రితమని చెప్పుటచేత, ఇది సరియగుచో క్రీ.పూ. 14 లేక 15 శతాబ్దములని చెప్పవలసి వచ్చునని 'రాయ్‌చౌదరి' వ్రాసెను. ఈ శ్లోక మిట్లున్నది.

మహాపద్మాభిషేకాత్తు
యావజ్జన్మ పరీక్షితః

---

105. Elphinstone—History of India—P 227.
106. H. R. Choudary—P. H. A. I—P 16.
107. K. G Shankar—A.B. O. R. I—Vol XII—P 339.

ఏవంవర్ష సహస్రాంతు
జ్ఞేయమ్ పంచాసదుత్తరమ్ ॥

పురాణముల రచన మొట్టమొదట క్రీ. పూ. 800 ప్రాంతమున రాజ్యమేలిన 'సేనజిత్తు' కాలమున నారంభమై, క్రీ. శ. 410వరకు సాగుచునే యుండెను. అందుచే పురాణములు చెప్పిన కాలము పెద్ద ప్రామాణికమని చెప్పుటకు వీలులేకున్నది. మత్స్యపురాణము ఈ మధ్యకాలము 1050 అనగా, భాగవతము 1115 అను చున్నది.

'సర్ విలియమ్‌జోన్సు' క్రీ. పూ. 12 వ శతాబ్దియనిరి. వి. గోపాలయ్యరు క్రీ. పూ. 1194 అనెను. (అక్టోబరు 14—31) ఫ్రాట్టు, బెంట్లీ యిది సరియనిరి. 'పర్గిటరు' 'ప్రాచీన భారతీయ చారిత్రక సంప్రదాయము' అను గ్రంథములో క్రీ. పూ. 950 లో లేక 961 లో - భారత యుద్ధము జరిగె ననెను. 'పర్గిటరు' పురాణము లన్నింటిని బరిశీలించి, తారుమారుగానున్న యనేక రాజ వంశవృక్షముల సరిచేసి యొక గ్రంథమును వ్రాసెను. (Dynasties of the Kali age.) రాయ్‌చౌదరి క్రీ. పూ. 9 వ శతాబ్ది ములో యుద్ధమనెను. 'రాప్సను' క్రీ. పూ. 1000 అనెను. 'పర్గిటరు' వ్యాసుడు క్రీ. పూ. 1050 లో గలడని, 'దేవాపి' సూక్తములు క్రీ. పూ. 1100 నాటివని వ్రాసెను. డా. సీతానాథప్రధాన, తన గ్రంథము (Ancient Indian chronlogy P 269) లో, కోసల రాజవంశమునుబట్టి క్రీ. పూ. 1149, మగధ రాజవంశమునుబట్టి క్రీ.పూ. 1151 యని, పౌరవవంశమునుబట్టి క్రీ.పూ 1152 అని, బార్హాద్రధరాజ వంశమును బట్టి క్రీ. పూ. 1151 అని, పరాశరుని కాలమునుబట్టి క్రీ. పూ. 1152 అని, ఛాల్డియ

నులు భారతములో జెప్పిన సూర్యగ్రహణము క్రీ. పూ. 1151 లో నేర్పడెనని చెప్పుటచేత, భారత యుద్ధము క్రీ. పూ. 1150 లో జరిగెనని చెప్పెను. కాని ఈయన గైకొన్న తరముల సంఖ్య 28 కాన తప్పు వచ్చుచున్నది. 'హంటరు' క్రీ. పూ. 1000 లో యుద్ధమనెను. 'పర్గిటరు' వాదము సరియైన దనుటకు నాకీ క్రింది ఆధారములు లభించినవి.

1. వాయు, మత్స్య, విష్ణు, బ్రహ్మాండ పురాణములలోని రాజవంశముల బరిశీలించి, 'పర్గిటరు' వంశవృక్షముల తయారు చేసెను.[108] పౌరవుల వంశవృక్ష మిట్లున్నది. 1 అభిమన్యు, 2 పరీక్షితు, 3 జనమేజయ, 4 శతానీక I, 5 అశ్వమేధదత్త, 6 అధిసీమకృష్ణ, 7 నుచక్షు, ఈయన కాలములో గంగానది వరదల వలన హస్తినాపురము కొట్టుకొనిపోయెను. అపుడు 'కౌశాంబి' ముఖ్యనగరముగా జేసికొనెను, ఇది ప్రయాగ దగ్గర ఉన్నది. 8 ఉష్ణ - ఉక్త - భూరి, 9 చిత్రరధ, 10 సుచిద్రధ, 11 వృష్ణిమతి సుసీన, 12 సునీత, 13 రుచ, 14 నృచక్షుస్, 15 సుఖిబల, 16 పరిప్లవ, 17 సునాయు, 18 మేధావిస్, 19 నృపంజయ, 20 దుర్వ, 21 దిగ్మాత్మన్, 22 బృహద్రధ, 23 వసుదాన, 24 శతానీక II, 25 ఉదయన, 26 వాహినర, 27 దండపాణి, 28 నిరామిత్ర, 29 క్షేమక, 'ప్రధాన' యిచ్చిన వంశవృక్షము కొద్ది తేడాతో నున్నది.[109]

108. F. E Pargiter M. A. The Purana text of the dynasties of the kali age—P 65 - P 5

109. Dr. S. N. Pradhan – chronology of Ancient India P 256.

పై దానిని బట్టి 'అభిమన్యుని' నుండి 'ఉదయన' వరకు 25 తరము లున్నవి. ఉదయనుడు మగధరాజగు అజాతశత్రుని కూతురు 'పద్మావతిని' బెండ్లాడెను. ఈమె 'దర్శకుని' సోదరి. సుప్రసిద్ధ చరిత్ర కారులగు 'జయస్వాలు, జయచంద్ర విద్యాలంకారు' మున్నగువారు, తమతమ చరిత్రలలో ఒక్కొక్కరి రాజ్యకాలము సగటున 16 సంవత్సరముల చొప్పున లెక్కించిరి. ఆంధ్రరాజులు 30 మంది 450 ఏండ్లు పాలించిరి. వీరి ఒక్కొకరి సగటు పరిపాలనా కాలము 15 ఏండ్లు అగుచున్నది, కాన 25 పంధికి 15 ఏండ్లు చొప్పున వేసిన 25×15=375 అగుచున్నది. ఉదయనుని రాజ్యకాలము క్రీ. పూ. 486 అగునని జననకాలము క్రీ. పూ. 530 అని విద్వాంసులు వ్రాసిరి. 375+530=905 అనగా మహాభారత యుద్ధకాలము క్రీ. పూ. 905 ప్రాంతమగుచున్నది. ఇదియే పరీక్షిత్తు జననకాల మగుచున్నది. పరీక్షిత్తు తన 37 వ ఏట రాజ్యమునకు వచ్చెనని పురాణములు తెల్పుచున్నవి. తరమునకు 16 వేసిన ఇంకను కొంచెము అధికమగును. 'మహావీరుడు' కౌశాంబి కేగినపుడు, అచట 'శతానీకుడు' రాజ్యమేలు చుండెనని, జైన కల్పసూత్ర వ్యాఖ్య తెల్పును. కాన శతానీకుని కాలము క్రీ. పూ. 550 అగును. వర్ధమానుని కాలము అపుడే; క్రీ. పూ. 599—527 అగుచున్నది. ఇది 24×15=360+550=క్రీ. పూ. 910 అగుచున్నది.

2. మగధ రాజవంశము 'వసు' కుమారుడు బృహద్రధునితో నారంభమగుచున్నది. అతని ముఖ్యనగరము 'గిరివ్రజము'.

ఇతని తర్వాత 9 వ వాడగు 'జరాసంధుడు' ధర్మరాజుచేసిన రాజ సూయానంతరము భీమునిచేత చంపబడెను. ఈ 'జరాసంధుడు' శ్రీకృష్ణుని మేనమామ యగు 'కంసుని' మామయై యున్నాడు. జరాసంధుని కొడుకు 'సహదేవుడు' పాండవుల వైపున యుద్ధము చేసెను. సహదేవుని తర్వాత 'సోమాధి' మొదలు రిపుంజయుని వరకు, 31 మంది పాలించిరని పురాణములలో వ్రాయబడినను, 'పర్గిటరు' అన్ని పురాణములను బరిశోధించి, సహదేవుని కాలము నుండి మగధను 22 మంది బార్హద్రధ రాజులు పాలించిరని వ్రాసెను. వారి తర్వాత ప్రద్యోతనరాజులు 5 గురు రాజ్యమేలిరి. వారి యనంతరము 'శిశునాగ' వంశీయులు 10 మంది రాజ్య మేలిరి. పిమ్మట 'నందులు' రాజ్యమేలిరి. క్రీ. పూ. 600 నుండి క్రీ. పూ. 321 వరకు శిశునాగులు నందులు పాలించిరి. కాన 'శిశునాగులకు' పూర్వము సహదేవుని నుండి (22+5) 27 గురు రాజులు పాలించిరి. ఆ పట్టీ యిట్లున్నది.

మగధ రాజవంశము—బార్హద్రధులు

1. బృహద్రధ 2. కుశాగ్ర 3. రుషభ 4. పుష్పవాన్ 5. సత్యహిత 6. సుధన్వ 7. ఉర్కజితు 8. నభష 9. జరాసంధ 10. సహదేవ (భారత యుద్ధములో చంపబడెను.) 11. సోమాధి 12. శ్రుతశ్రవస 13. అయుతాయుస్ 14. నిరమిత్ర 15. సుక్షత్ర 16. బృహత్కర్మ 17. సేనజిత్తు 18. శ్రుతంజయ 19. విభు 20. సుచి 21. క్షేమక 22. సువ్రత 23. ధర్మనేత్ర

(సునేత్ర) 24. నిర్వృత్తి 25. త్రినేత్రసుశ్రామ 26. దృఢసేన 27. సుమతిమహినేత్ర 28. సుచల 29. సునేత్ర 30. సత్యజిత్తు 31. విశ్వజిత్తు (క్రీ. పూ. 588) 32. రిపుంజయ (క్రీ. పూ. 563) 17 వ రాజు సేనజిత్తు కాలములో పురాణ రచన ఆరంభము. 'సోమాధి' మొదలు 'రిపుంజయుని' వరకు 22 తరములగు చున్నవి.

ప్రద్యోతన రాజులు—1. ప్రద్యోత 2. పాలక 3. విశాఖ యూప 4. అజక 5. నందివర్ధన.

శిశునాగులు— 1. శిశునాగ 2. కాకవర్ణ 3. క్షేమవర్ధన 4. క్షత్రుజాస్ 5. బింబిసార 6. అజాతశత్రు 7. దర్శక 8. ఉదయన 9. నందివర్ధన 10. మహానందిన్. శిశునాగుల రాజ్యారంభ కాలము క్రీ. పూ. 600. అంతకు పూర్వము 27 గురు రాజులు మగధ రాజ్యమును బాలించిరి. తరమునకు 15 ఏండ్లు వంతున లెక్కించిన, 27 × 15 = 405 సంవత్సరము లగును. శిశు నాగుల నుండి లెక్కించిన క్రీ. పూ. 600 + 405 = క్రీ. పూ. 1005 అగును. లేదా రిపుంజయుని నుండి 22 తరములకు లెక్కించిన 22 × 15 = 330 అగును. దీనిని క్రీ. పూ. 563 లో గలిపిన క్రీ. పూ. 893 అగును. 'సహదేవుడు' యుద్ధభూమిలో జనిపోవుట చేత, క్రీ. పూ. 950 సంవత్సర ప్రాంతముననే యుద్ధము జరిగి యుండవలయును. పురాణాదులలో నివ్వబడిన, రాజుల రాజ్య కాలము సరిలేనందున, వారి రాజ్యపాలనా సంవత్సరము లివ్వబడిన పురాణములు దాదాపు 300 ఏండ్లకుగాని వ్రాయబడనందున, నేను

వీనిని ప్రమాణములుగా గైకొనుటలేదు. పురాణములు లెక్క ప్రకారము సోమాధి మొదలు రిపుంజయునివరకు 638 ఏండ్లు అగును. అట్లయిన 563 + 638 = క్రీ. పూ. 1201 అగును; కాని ఈ కాలనిర్ణయము నాకు సరిగా గాన్పించలేదు.

3. ఇక్ష్వాకు రాజవంశములో 'హిరణ్యనాభ కౌశిల్యుని' తర్వాత 11 వ వాడగు 'బృహద్బలుడు' అర్జున పుత్రుడగు అభిమన్యునిచేత వధింప బడెను. బృహద్బలుని తర్వాతవాడగు 'శ్రుతాయువు' కూడ కురుక్షేత్రయుద్ధములో దన యసువుల బాసెను. 'బృహద్బలుని' దగ్గరనుండి లెక్కించి చూడగా బుద్ధభగవానుడు, 24 వ రాజగు ప్రసేనజిత్తుకు సమకాలీను డగుచున్నాడు. 'ప్రసేన జిత్తు' రాజ్యకాలము క్రీ. పూ. 533 అగుచున్నది. ఈ ప్రసేన జిత్తు సోదరియగు 'కోసలదేవి'ని మగధరాజగు బింబిసారుని కిచ్చిరి. ఈయనకు 18 తరములకు పూర్వమే భారతయుద్ధము జరిగెను అని ఒకరు వ్రాసిరి. కాశీరాజ్యము నామెకు అరణముగా కూడ నొసంగి యుండిరి. 'ప్రసేనజిత్తు' బుద్ధుని శిష్యుడని, బౌద్ధగ్రంథములు తెల్పుచున్నవి. 'ప్రసేనజిత్తు' శాక్యవంశములో గలియదలంచి, శాక్యవంశములోని యొక కన్యను బెండ్లాడ దలంచెను; కాని శాక్యులు దాసీ కన్య నొసంగిరి. ఈ దాసీకన్య వలన 'క్షుద్రకుడు' జన్మించెను. ఈయన జరిగిన మోసమును, అవమానము నెరింగి, బుద్ధుని మరణమున కొక సంవత్సరము పూర్వము, శాక్యులతో యుద్ధముజేసి, వారి ననేకుల చిత్రవధ చేసెను. కాన "ప్రసేనజిత్తు, క్షుద్రకుడు, బింబిసారుడు, అజాత

శత్రుడు' మున్నగువారు బుద్ధదేవుని సమకాలీనులు." బింబిసారుని, అజాతశత్రుని, రాజ్యారోహణ కాలములు క్రీ. పూ. 582. క్రీ. పూ. 554 అగుచున్నవి; కొందరివి క్రీ. పూ. 519, క్రీ. పూ. 491 అని వ్రాసిరి. బుద్ధదేవుని జననము క్రీ. పూ. 557 అగుచున్నది. ప్రసేనజిత్తు క్రీ. పూ. 533 లో రాజ్యారోహణ చేసెను. ఈ కారణమున వీరెల్లరు క్రీ. పూ. 540 లో నుండవచ్చును. అప్పటినుండి 24 తరములకు గుణించిన 24×15=360 అగును. దీనిని క్రీ. పూ. 540 లో గలిపిన క్రీ. పూ. 900 అగును. తరమునకు 16 సంవత్సరములు వేసికొన్న, మరికొంచె మధికమగును. అందుచేత క్రీ. పూ. 10 వ శతాబ్దములో 'బృహద్బలుడు' ఉండినట్లు, అపుడే మహాభారత యుద్ధము జరిగినట్లు మన మెరుంగవచ్చును. బృహద్బలునికి 11 తరముల పూర్వము 'హిరణ్యనాభ కౌశిల్యుడు' ఉండుటచేత, క్రీ. పూ. 1100 ప్రాంతమున అతడు జీవించి యున్నట్లు చెప్పవచ్చును. ఈయన 500 ఋక్కులను రాగముతో బాడుటకు వీలగునట్లు చేసెను. (సామములు) ఈయన 'అయోధ్యరాజు' ఇతడు జైమిని శిష్యుడగు 'మహాయోగీశ్వరయాజ్ఞవల్క్యునినుండి యోగము నేర్చినట్లు, 'వార, పరాశర' మున్నగు 22 మంది శిష్యుల కీయన సామములను నేర్పినట్లు తెలియుచున్నది. ఇతని సమకాలీనుడే 19 వ వ్యాసుడగు 'భారద్వాజుడని' వాయుపురాణమునుబట్టి తెలియుచున్నది.

ఈ ప్రకారము ఆయావంశవృక్షములలోని వారిపేర్లు అనగా 24గురు ఇక్ష్వాకులు, 27గురు పాంచాలురు, 24గురు కాశీలు, 28మంది

హైహయులు, 32 మంది కళింగులు, 25 గురుఅశ్మకులు, 36గురు కురులు, 28 మంది మైథిలులు, 23 మంది శూరసేనులు, 20 మంది వీతిహవ్యులు, ఇట్లు ఆఖరు తరమువరకు 'పర్గిటరు'చే పేర్లివ్వబడినవి. వీని అన్నింటినిబట్టి సగటుచూచిన క్రీ.పూ. 10వ శతాబ్దప్రాంతమే యగును. ఒక విద్వాంసుడు, ప్రసేనజిత్తుకు 21 తరముల పూర్వము యుద్ధకాలమని చెప్పెను. అట్లయిన క్రీ. పూ. 9వ శతాబ్దమే యగుచున్నది. ఇట్లనే అంగరాజు రోమపాదుని నుండి 13 తరములు. ఉత్తరపాంచాల వంశము 12, కాశీ వంశమునుబట్టి 13 తరములగును. వీనినిబట్టి గుణించిన 'ప్రధాన', యుద్ధము క్రీ. పూ. 1150 యని, వేదకాలము అంతకు పూర్వమనెను కాని తరముల సంఖ్య అధికముగా ఉన్నది.

4. కాశ్మీర చరిత్రకారుడు, కురుపాంచాల యుద్ధమునుండి కాశ్మీర రాజగు అభిమన్యుని వరకు 52 మంది రాజులు 1266 సంవత్సరములు రాజ్యపాలన చేసిరని వ్రాసెను. రాజతరంగిణి సంపాదకుడు 'స్టాయీన్', 'అభిమన్యుడు' అను కాశ్మీరరాజు, క్రీ. శ. 300–500 మధ్యలోని వాడని వ్రాసెను. ఇది తప్పుగా గాన్పించుచున్నది. రాజతరంగిణినిబట్టి, ఈయన కాశ్మీరరాజని, కనిష్కునితర్వాత వచ్చెనని, క్రీ. శ. 2వ శతాబ్దమున నుండెనని,[110]

110. A. Weber—History of Indian Literature P 219,220,223.
రాజతరంగిణి "చంద్రాచార్యాది భిర్లబ్ధాదేశం తస్మాత్తదాగమమ్
ప్రవర్తితం మహాభాష్యం చంద్రవ్యాకరణమ్ కృతమ్"
I—175.

కాశ్మీరములో పతంజలి కృత మహాభాష్యము లేనందువలన, వ్యాకరణశాస్త్రవేత్తయగు 'ఆచార్యచంద్రగోమి'చే దానిని తెప్పించెనని తెలియుచున్నది. ఈ రాజుల సంఖ్య, వారి రాజ్యకాలము సరియైనవనుటకు ఇతరాధారములు మాకు లభించలేదు. ఒకవేళ సత్యమేయనుకొన్నను, కనిష్కుడు క్రీ. శ. 151 ప్రాంతములో జనిపోవుటచేత, ఈయన అనంతరమేలిన 'అభిమన్యుడు' క్రీ. శ. 200 ప్రాంతమున నుండుట నిక్కువము; దీనికి 1266 కలిపిన, క్రీ. పూ. 1066 అగుచున్నది; అంతకు పూర్వము పైకి పోజాలదు.

మహాభారత యుద్ధకాలమునాటికి 1 వ గోనందుడు కాశ్మీర రాజు. ఈయన మగధరాజు జరాసంధుని మిత్రుడు కాన అంధక వృష్ణి సంఘమును, వారి రాజధాని 'మథుర'ను జయించుటకేగినపుడు మగధరాజు, బృహద్రధుని వంశీకుడగు జరాసంధునికి సహాయపడెను. కాశ్మీర సైన్యము యమునానది ఒడ్డున విడిసెను. ఈ యుద్ధములో కృష్ణుని సోదరుడు 'బలభద్రుడు' 1వ గోనందుని వధించెను. ఈయన కుమార్డు '1వ దామోదరుడు' అంధకవృష్ణి సంఘముపైకి దాడివెడలెను. కాని యుద్ధభూమిలో దామోదరుడు చనిపోయెను. ఈయన భార్య 'యశోవతి' గర్భవతియై యుండెను. ఈమెయే కొన్నాళ్లు రాజ్యపాలన చేసెను. ఈమెకు 'ద్వితీయ గోనందుడు' కల్గెను. ఈయన 'కురుపాంచాలుర' సమకాలీనుడు. ఈయన తర్వాత 35 గురి పేర్లు లభ్యముకావు. రాజతరంగిణి ప్రథమాధ్యాయములో, 'కల్హణుడు' వీరిపేర్లు విస్మృతసాగరములో

గలిసినవని వ్రాసెను. వీరి తర్వాత లవుడు, తర్వాత కుశుడు, తర్వాత 'ఖగేంద్రుడు' వచ్చిరి. ఖగేంద్రుడు తక్షశిలలోని నాగవంశమును నిర్మూలనము చేసెను. ఖగేంద్రుని తర్వాత సురేంద్రుడు, తర్వాత 'గోధరుడు', తర్వాత 'సువర్ణ' రాజ్యపాలన చేసిరి. ఈ 'సువర్ణుడు' బుద్ధ భగవానుని సమకాలీనుడుగా గాన్పించుచున్నాడు.

'మొదటి గోనందుడు' యుధిష్ఠిర పట్టాభిషేక సమయమున అనగా కలియుగము 653 లో నుండెనని రాజతరంగిణి తెల్పును. (1–48, 56) దీనిని బట్టి క్రీ. పూ. 2449 ప్రాంతమున భారత యుద్ధము జరిగెనని చెప్పవలసి వచ్చును. పై జెప్పిన వంశవృక్షములబట్టి చూడగా 1వ గోనందుని తర్వాత 43 గురు, కాశ్మీర దేశమును బుద్ధుని సమకాలమువరకు బాలించినట్లు తెలియుచున్నది. తరమునకు 15 వంతున లెక్కించిన 43 × 15 = 645 అగును. బుద్ధుడు క్రీ. పూ. 500 ప్రాంతమున నుండెను; కాన దీనిలో 645 కలిపిన క్రీ. పూ. 1145 వచ్చుచున్నది. ఈ కాలము 1వ గోనందునికి సరిపోవుచున్నది; కాని విస్మృత కాలగర్భములో గలిసిన 35 గురు రాజులు, మిగతవారు ఎంతవరకు చరిత్రలో నిల్చెదరో ధ్రువపరచుట కాధారములు లభ్యమగుటలేదు.

5. జైన గ్రంథములను బరిశీలించగా 22వ తీర్థంకరుడు 'నేమినాధుడు' కృష్ణుని సమకాలీనుడని, కృష్ణుని కహింసాసిద్ధాంతము బోధించెనని, పార్శ్వనాధుడను 23 వ తీర్థంకరుడు, పరీక్షిత్తు కాలమునాటి వాడని తెలియును. 24 వ తీర్థంకరుడగు 'వర్ధమాన మహావీరుని' జననము క్రీ.పూ. 599; అంతకుపూర్వము 250 ఏండ్ల

క్రితము 'పార్శ్వనాధుడు' చనిపోయెను. ఈయన 100 ఏండ్లు జీవించెను గాన క్రీ. పూ. 949 వ సంవత్సర ప్రాంతమునపార్శ్వ నాధుని జననమగును. 'పార్శ్వనాధుడు' జైనసిద్ధాంతములబోధించు నాటికే 'పరీక్షిత్తు'కూడ జీవించియుండవలెను. అనగా క్రీ.పూ. 915వ సంవత్సర ప్రాంతమున 'పార్శ్వనాధుడు' తన బోధల మొదలిడి యుండవచ్చును. క్రీ.పూ. 950 ప్రాంతమున జన్మించిన 'పరీక్షిత్తు' ఈయన సమకాలీనుడగుట వాస్తవము. పార్శ్వనాధుని కాలమున మహాభారత యుద్ధము జరిగియుండవలెను. అందుచే నది క్రీ. పూ. 10 వ శతాబ్దమే యగుచున్నది.

6. భాషాసాదృశమును బట్టి మెక్డనాల్, హాగ్ మున్నగు విద్వాంసులు, బ్రాహ్మణముల కాలము క్రీ. పూ. 800 నుండి ఆరంభమని నిర్ణయించిరి. అత్యంత పురాతనములగు బ్రాహ్మణములు—ఐతరేయ శతపథ బ్రాహ్మణములు గలవు. జనమేజయుని పేరు, ఉగ్రసేన, భీమసేన, శ్రుతసేన యను సోదరుల నామములతో శతపథ బ్రాహ్మణము సాంఖ్యాయన శ్రౌతసూత్రములలో గలధు. ఈయన అశ్వమేధ యాగమును చేసెనని చెప్పబడినది. శతపథ బ్రాహ్మణ కర్త 'యాజ్ఞవల్క్యుడు.' ఈయన శుక్ల యజుర్వేదమును గూడ రచించెను. తన మేనమామయగు 'వైశంపాయనుని యొద్ద వేదము నేర్చుకొని, యాయనతో వివాదముగల్గగా, సూర్యు నారాధించి క్రొత్తగా శుక్ల యజుర్వేదమును తాను సృష్టించెనని మహాభారతమున గలదు. 'వాజసనేయ యాజ్ఞవల్క్యుడు' 'ఉద్దాలకఆరుణి' యొక్క శిష్యుడని, బ్రాహ్మణములే తెల్పు

చున్నవి. ఉద్దాలకఆరుణి, జనమేజయుని పురోహితుడు 'వేద', 'ఉపమన్యుడు' వీరు ముగ్గురు పరీక్షిత్తు పురోహితుడగు 'అయోధ ధౌమ్యుని' శిష్యులు, అదియునుగాక 'జనమేజయుని' కుమారుడగు 'శతానీకుని'కి 'యాజ్ఞవల్క్యుడు' వేదములను, శౌనక ఋషి వేదాంతమును నేర్పెనని పురాణములబట్టి తెలియుచున్నది. యాజ్ఞ వల్క్యుని గురువగు 'ఉద్దాలకఆరుణి'కి శ్వేతకేతువను కుమారుడు, 'సుజాత' యను కుమార్తె గల్గిరి. 'సుజాత'ను శిష్యుడగు 'కహోల కౌషీతకీ' కిచ్చి పెండ్లిచేసెను. వీరికి 'అష్టావక్రుడను కుమారుడు గలడు. మిథిలరాజ సభలో 'జనక ఉగ్రసేన పుష్కరామలిను' రాజ్యకాలములో 'వంది' చేత 'కహోత కౌషీతకీ' ఓడింపబడి నదిలో ముంచబడెను. పగసాధించుట కంత, బావ మరది శ్వేతకేతువు, కుమారుడు 'అష్టావక్రుడు' బయలుదేరి పోయి, వంది నోడించి, నదిలో ముంచివైచిరి. 'శ్వేతకేతు' కాలమున 'ప్రవహాణ జైవాలి' పాంచాలరాజు; మిథిలరాజు 'జనక ఉగ్రసేనుడు'; హస్తినాపురరాజు 'పరీక్షిత్తు' కుమారుడు జనమేజయుడు'. తర్వాత శతానీకుడు వచ్చిరి. అశ్వపతి, అజాతశత్రుని కొడుకు భద్రసేనుడు' జనక ఉగ్రసేనుడు, శతానీకుడు, ఉద్దాలక అరుణి, యాజ్ఞవల్క్యుడు, వీరందరు సమకాలీనులని బ్రాహ్మణ గ్రంథములు దెల్పుచున్నవి. యాజ్ఞవల్క్యుడు శుక్ల యజుర్వేదము రచించియే, కడకు శతపథ బ్రాహ్మణము రచించియుండవలయును. 'శతపథ బ్రాహ్మణము' రచించునాటికి 60 ఏండ్లున్నను యాజ్ఞ వల్క్యుడు క్రీ. పూ. 860 ప్రాంతమున జన్మించి యుండవచ్చును.

16

యాజ్ఞవల్క్యునిచే విద్య పొందిన శతానీకుడు, ఆకాలపువాడే యగు చున్నాడు. శతానీకుని తాతయగు పరీక్షిత్తు జననకాలము అప్పటికి 90 ఏండ్లు గడచినను, భారత యుద్ధకాలము క్రీ. పూ. 950 ప్రాంత మగు చున్నది.

7. ఆధునిక పరిశోధనలనుబట్టి క్రీ. పూ. 1500 ప్రాంతము ఆర్యులు భరతవర్షములోని పశ్చిమోత్తర భాగమునకు జేరిరని 'మెక్డనాల్' మున్నగు విద్వాంసులు వ్రాసిరి. సింధునది యొడ్డున జరిగిన దశరాజుల యుద్ధము ఋగ్వేదములో వర్ణింపబడినది. ఇది చారిత్రాత్మక యుద్ధము. ఈ యుద్ధము పురువంశపు రాజగు కుత్సునికి, సుదాసునికి మధ్యజరిగెను. కుత్సునికి, భరత, తుర్వస, వైకర్ణాది ప్రముఖులు సాయమొనర్చిరి. ఈ 'కుత్సుడు' ఆ యుద్ధమున నోడిపోయెను. ఇతని వంశీకులే కురులు. పురునికి 16 వ తరమువాడు 'భరతుడు'. ఈయన పేరుతోనే భరతవర్షమని పేరు వచ్చియుండవచ్చును. ఈయన క్రీ. పూ. 1260 (1500—240) ప్రాంతపువాడు కావచ్చును. ఇతని తర్వాత 18 తరములకు ధర్మ రాజాదులు గల్గిరి. కాన క్రీ. పూ. 990 నాటికి (1260 - 18 × 15) పాండవు లుండవచ్చును. అప్పటికి నలుబది ఏండ్లున్నను క్రీ. పూ. 950 నాటికి భారత యుద్ధము జరిగియుండ వలయును కాన క్రీ. పూ. 10 వ శతాబ్దమున యుద్ధము జరిగెననుటలో సను మానము లేదు.

8. యుధిష్ఠర, పరీక్షిత్తుల రాజ్యకాలమున సప్తర్షులు మఘా నక్షత్రమందున్నట్లు పురాణములలో గలదు. శ్రుతర్షులు కృత్తికా

నక్షత్రమందున్నట్లు చెప్పుచున్నారు. మత్స్యపురాణముకూడ నట్లనే చెప్పుచున్నది. (271 అ — 40 — 41 శ్లో.) 'అలెగ్జాండర్ కన్నింగు హామ్' పై యిరువురి అభిప్రాయము లొకే నక్షత్రమునుగూర్చి చెప్పుటయే యగుచున్నదని వ్రాసెను. మొదటి అభిప్రాయాను సారము ప్రస్తుతము సప్తర్షి మండలము హస్తలో నున్నది. ముందు నడకలో నడచుదురని చెప్పిన 27+4=31 నక్షత్రము లగును. ఒక్కొక్క నక్షత్రమున కొక శతాబ్దియనుకొన్న 30 నక్షత్రములు వేసికొన్న 3000 సంవత్సరముల కాలమగును; కాని యిది స్థూలమగు గణితము. ఇట్లనే రెండవ సిద్ధాంతానుసారము ప్రస్తుతము 'ఆర్ద్రి' నక్షత్రములో నున్నది. కృత్తిక నుండి ఆర్ద్రకు వచ్చుటకు, ఒక ఆవృత్తి తిరిగి 4 వ నక్షత్రములో నుండును. 30 నక్షత్రములు వేసికొన్న మూడువేల ఏండ్లే అగును. పురాణాదులలో ఆయానక్షత్రముల చివర భాగముననో, మధ్యనో, మొదటనో ఎచట నున్నది చెప్పబడలేదు. ఒక్కొక్క నక్షత్రము నకు ఒక శతాబ్దమనునదికూడ స్థూలగణితము; కొద్దితేడా కవకాశ మిచ్చినను యుద్ధకాలము క్రీ. పూ. 950 ప్రాంతమే యగుచున్నది. మహాపద్మనందుని కాలములో సప్తర్షి మండలము 'పూర్వాషాఢ'లో నున్నందున, దీనినిబట్టి చూచిన క్రీ. పూ. 12 వ శతాబ్దమునకు బూర్వము గాజాలదు. ఈ జ్యోతిషగణితము పరస్పర విరుద్ధముగా నున్నదని, కాల నిర్ణయముచేయ వీలుపడదని 'కాణే' అభిప్రా యము. ("That they are hopelessly inconsistent and that no certain chronological conclusion can be drawn there from")

9. కోల్‌బ్రూక్, ఆర్చిడీకన్‌ప్రాట్టు, బెంట్లి మున్నగు పాశ్చాత్యులు. పరాశర, వరాహమిహిరుల మధ్య 1680 వర్షముల కాలపరిమితి యున్నదని, వరాహమిహిరుని కాలము క్రీ. శ. 499 అగుటచేత (1680—499) క్రీ. పూ. 1181 న యుద్ధమనిరి. వీరు 'అయన చలనకాల పరిమితిని, సంవత్సరమునకు 50 వికళలనిరి. గోపాలయ్యరు అయనచలనకాల పరిమితి 50.24 వికళలని తీసికొనెను. ఫ్రెంచి విద్వాంసుడు 'లీవెరియన్' అభిప్రాయ ప్రకారము 50.24 వికళలు. వరాహమిహిరుడు 50 వికళలనెను. గోపాలయ్యరు, పరాశర, వరాహమిహిరుల మధ్యకాల పరిమితి 1672 వర్షములని చెప్పి, (16—2—199) పరాశరుని కాలము క్రీ. పూ. 1173 అనెను. ఈ గణితము సరియనుకొన్నను. పరాశరుని కాలమే వచ్చుచున్నది. వ్యాసుని తండ్రి పరాశరుని పుట్టుక తర్వాత 170 ఏండ్లకుగాని భారత యుద్ధము జరిగియుండలేదు. కాన దీనినిబట్టికూడ, క్రీ. పూ. 1000 ప్రాంతమే యగుచున్నది.

10. మహాభారత యుద్ధకాలమున 'మేషాయనము' కృత్తికా నక్షత్రమున, సూర్యుడు ప్రవేశింప ప్రారంభించి నట్లుండుటచేత, క్రీ. పూ. 1400 సంవత్సర ప్రాంతమున జరిగి యుండెనని 'తిలక్' వ్రాసెను. అయనకాలపరిమితినిబట్టి 3000 సంవత్సరములకు పైకాలము కాజాలదు. జ్యోతిష గణితరీత్యా భారత యుద్ధ కాలము క్రీ. పూ. 3000 అని, కె. వి. అభంకరు వ్రాసెను. (See A. B. O. R. Vol. 25—P 116-133) రాని వీరి వాద

సలు. వెనుక నేను జెప్పిన కారణములచేత నిల్వజాలవు. 'వాడెల్' యుద్ధకాలము క్రీ. పూ. 650 అని, అపుడు ధృతరాష్ట్రు డుండెనని వ్రాసెను. (L. A. Wadell — Indo Sumerian seals deciphered) కాని యిది హాస్యాస్పదము. ఈ ప్రకారము మహాభారత యుద్ధము క్రీ. పూ. 950 నాటిదని లేక క్రీ. పూ. 961 నాటిదని స్పష్టపడుచున్నది. 'పర్గిటరు' మహాభారత యుద్ధమునకు 5 శతాబ్దముల ముందు రామాయణ నాయకుడు రాముడు జీవించి యుండెనని, భారతము క్రీ. పూ. 8 వ శతాబ్దమునాటి రచన యని అభిప్రాయ మొసంగెను. ఈ విషయములు చాలవరకు సత్యములు గానే యున్నవి.

11. హస్తినాపుర త్రవ్వకములలో బయటపడిన విశేషములను బట్టి. వేదకాలానంతరము క్రీ. పూ. 950 ప్రాంతమున వేదవ్యాసుడు పుట్టెనని పరిశోధనల వలన తేలుచున్నదని 'కే. యం. మున్షి' వ్రాసెను. (See Bhagavathgitha and modern life P-9.) అట్లయిన మహాభారత యుద్ధము క్రీ. పూ. 9 వ శతాబ్ద ప్రాంతమున జరిగెనని చెప్పవచ్చును.

ఈ విషయ మిట్లుండ, ఇంత తొందరలో వేదవ్యాస కృష్ణాదు లుండుట యిష్టములేక, భారతీయ పండితులు యుగాదులు నిర్మాణముచేసి భారత యుద్ధమును 5050 సంవత్సరముల నాటికి నెట్టివేసిరి. చారిత్రకముగా యుగాదుల కెట్టి ప్రమాణమును లేదు. కాలము నట్లు విభజించుటకు కూడ వారికెట్టి ఆధారములు లేవు.

ఇట్టివి చారిత్రక సత్యములు కాజాలవు. ఇంకను 'యుగములు చారిత్రక సత్యములా' అను నా వ్యాసమును జూడుడు.[111] సి. వి. వైద్యా, డిక్సిటు పండితుని అభిప్రాయమును బట్టి మూలభారతము క్రీ. పూ. 1400 అని భావించి, తైత్తిరీయారణ్యకములోని పారాశర్య వ్యాసుడే తత్కర్త అనెను. పై దానినిబట్టి క్రీ. పూ 10 వ శతాబ్దిలో యుద్ధమగుట నిశ్చయము.

III

పాండవు లన్య దేశీయులు

సిధియనుల ఆచారములు—పాండవుల జననవృత్తాంతము—బహుపతీత్వము — బహుపత్నీత్వము — సహగమనము — నెత్తురు త్రాగు ఆచారము — అంబులపొదిని చర్మముతో గప్పుట — స్వర్గ లోకము—గాథ చారిత్రకమా ?

పాండవు లెవరు ? వారు ఏ దేశీయులు ? కురుపాంచాల యుద్ధముతో వీరి కెట్టి సంబంధముగలదు ? వారికి రాజ్యార్హత కలదా ? అక్రమముగా రాజ్యాపహరణార్థము వచ్చిన దోపిడి గాండ్రా ? అను సందియములు చాల కాలమునుండి విద్వాంసులను బాధించుచున్నవి. మహాభారత, పురాణాదులను బట్టి పాండవులు దుర్యోధనాదుల జ్ఞాతులని తేలుచున్నది. మా కిది అనుమానాస్పదముగా నున్నది. చారిత్రక సత్యమనికూడ తోచుటలేదు.

---

111. అస్మదీయ విరచిత వ్యాసావళి 2 వ భాగము పుట 17-24.

పాండవుల ఆచార వ్యవహారాదులే ఆర్య నాగరికతకు విరుద్ధముగా నున్నవి. పాండవులు సిధియా దేశవాసులని, వారికి రాజ్యాధికారములేదని, అక్రమముగా దుర్యోధనాదుల జంపి రాజ్యమపహరించిన దోపిడిగాండ్రని, విద్వాంసుల ఊహ. ఇది నాకు సత్యముగానే కాన్పించుచున్నది.

"పాండవులు కొండజాతివారని, వీరి వంశీకుల రాజ్యకాలములో ఈ ఇతిహాసము వారి పొగడ్తతో నింపి మార్చివేయబడిన కావ్యముగా చేయబడి ఉండవచ్చునని ఒకవిద్వాంసుడు వ్రాసెను.[112] 'రాప్సను' యిట్లుల్లేఖించెను. "అతుకు బొంతలతో గూడిన ఒక వంశవృక్షము, పాండవులను కౌరవుల జ్ఞాతులుగా సూచించుచున్నది. వాస్తవముగా వారొక నూత్న కుటుంబము లేక జాతి యని చెప్పవచ్చును. వారొక రాజ్యమును స్థాపించి, పాంచాలురతో గలసి సర్వాధికారమును సంపాదించి, పాండవుల నివాసమునకు అనగా ఢిల్లీకి దగ్గరగానున్న ప్రస్తుతపు "ఇంద్రప్రస్థము" అనుచోటుకు 60 మైళ్లు ఉత్తరముగా నున్నట్టి ప్రదేశమున నివసించిన 'కురులను' ఎదుర్కొనిరి."[113] 'విల్సను' పాండవులను 'టిబెట్టు' వాసులనెను. హైందవ సాహిత్య చరిత్రను వ్రాసిన 'వింటర్‌నిట్జ్' అను పాశ్చాత్య లేఖకుడు, వారి యాచారముల,

112. Indian antiquary XXI – P 281 —Pandavas are a mountain tribe—During the sovereignity of these Pandavas the epic would have been changed into a poem in their praise.

113. E. J. Rapson—Cambridge History of India Vol I-P 267

వారి ప్రాచీన కుటుంబ పద్ధతులను జూచి, ఇవి ఆ కుటుంబ ములవారి ప్రత్యేకాచారములని నుడివెను. 'హాప్కిన్సు' అను అమెరికా సంస్కృత విద్వాంసుడు, పాండవులు భారత భూమికి జెందరని, అన్యదేశపు వాస్తవ్యులని, ఒకే స్త్రీ అనేక భర్తలను గల్గియుండు ఆచారము, ప్రమాణ రహిత మని, చారిత్రక ద్రోహ మని (Historic trait) వచించెను. విదేశీయులని చెప్పుట సబబుగా నున్నది కాని, చారిత్రక ద్రోహమని వ్రాయుట చూడగా ఈయన సంస్కృత గ్రంథజాలమును సరిగా చూడలేదేమో యని తోచుచున్నది. మహాభారతము (I - 196, 14, 15) మత్స్య పురాణము (IV - 47, 49) లలో నీ క్రింది యుదంతము గలదు. "గౌతమ వంశమునకు జెందిన 'జటిల' పవిత్రవంతురాలు; ఏడు గురు ఋషులను బెండ్లాడినట్లు తెలియు చున్నది. ఇట్లనే ఒక ఋషి కుమార్తె 'వర్క్షి (Varkshi) ప్రాచేత' యొక్క 10 మంది సోదరులను బెండ్లాడినట్లు తెలియు చున్నది. వేదకాలమునాటి కీ యాచార ముండుట చూడగా, పాతివ్రత్యము, ఏకపత్నీ వ్రతము బోధించిన ఆర్యఋషులు, బహుపతీత్వమును గూడ యితర దేశ ములనుండి కైకొనిరా యని సందియము గల్గుచున్నది. 'హాప్కిన్సు' వీరిని గంగానది కావలనుండి వచ్చిన ఆటవికజనులని భావించెను. ("Pandavas are unknown wild tribe from beyond the Ganges") బౌద్ధ వాఙ్మయములో పాండవులను కొండ జాతులవారుగా బేర్కొని, శాక్యుల వైరులగు కోసలులవలె, వారిని బోల్చిరి. 'లలిత విస్తారము' అను బౌద్ధ గ్రంథమున పాండవుల

పేర్లు గలవు. జాతక కథలలో భారత కథ లేకపోయినను, యుధిష్ఠర, ధనంజయ మున్నగు పేర్లుగలవు. పాండవులపేరు,కునాల,కురుధమ్మ ధూమెకారి, దశబ్రాహ్మణ జాతకములో పాండవుల పేర్లున్నవి. బుద్ధుని కాలములో పాండవులు కొండజాతులవారుగా, దోపిడి గాండ్రుగా గాన్పించుచుండిరని 'వీబరు' వ్రాసెను.[113] 'టాలమీ' కాలమున ఈ జాతివారు పంజాబు ప్రాంతమున పాలించుచుండిరని 'మజుందారు' వ్రాసెను.

'వైద్యా' కూడ పాండవుల మూలవృత్తాంతము నిస్సందేహముగా దెలియరానిదిగా నున్నదని, కృష్ణ చరిత్రముకూడ నంతియే నని, వ్రాసెను.[114] 'స్మిత్' అను చరిత్రకారుడుకూడ 'హాప్కిన్సు' చెప్పినట్లు, వారు శ్వేతవర్ణముగా లేనందువలన, వారొక క్రొత్త జాతియని నమ్మటకు కారణములు గలవని వ్రాసెను.[115]

'రమేశచంద్ర దత్తు' విశేష పరిశోధనలు సల్పి, చారిత్రాత్మకమైన కురుపాంచాల యుద్ధములోని వీరుడు, 'అర్జునుడు' కవి

---

113. A. Weber — H. I. L. P 286 "Whilst the Pandavas are placed in Buddha's time and appear as a wild mountain tribe, living by marauding and plunder"
R. C. Mazumdar—A. H. I. P 95. "That the Pandus were a historic tribe or clan is proved by the testimony of Ptolemy in whose time they occupied a Portion of the Punjab.

114. C. V. Vaidya — Epic India P 17. "The origin of the Pandavas is undoubtedly obscure and so is that of Krishna."

115. V. A. Smith—O. H. I—P 32

కల్పిత పురుషుడని, వ్రాయుచు నిట్లుల్లేఖించెను. "సుదాసుని యుద్ధములో బేర్గాంచిన వారు భరతులు. వీరిరాజు 'కురువంశపు వాడు', వీరే భరతులు; కురులు. వీరు ఆధునిక ఢిల్లీచుట్టును, పాంచాలురు ఆధునిక 'కనూజి' చుట్టునుండిరి. 'మహాభారతము' లో వర్ణించబడిన యుద్ధసంగతులు నిస్సందేహముగా కవి కల్పితములు. అయిదుగురు పాండవ సోదరులు, వారి భార్య కల్పిత వ్యక్తులు. భరతుల యుద్ధము వాస్తవమైనదైయుండి, మహాభారతము వ్రాయ బడిన, అది ప్రాచీన హైందవాచారముల సూచించును. చదువరులు పేర్లకు విలువ నివ్వరాదు. అవి కవికల్పితములు; విషయములు ఊహామాత్రములు. ఈ కథనుబట్టి ఇతిహాసకాలములో హిందూ జీవనమును గ్రహించ యత్నించవలయును; లేక గంగామైదానములో ఆర్యవ్యాప్తి తెలిసికొనవలయును. కురులకు (భరతులకు) పాంచా లురకు యుద్ధము జరిగెను. పంచపాండవులు వీరులు; భార్య వీరపత్ని; ఈ మూలకథ నిశ్చయముగా వట్టిదే. పాండవులను ఒక జాతివారు, పాంచాలురకు సహాయపడిరి; కాని ఈ జాతి రూపకాలంకార యుక్తమగు ప్రయోగముగా కథలో నైదు గురుగా జెప్పబడినది. పాంచాలురతో వారికి గల స్నేహము రూపకాలంకారముగా పాంచాలిని పెండ్లాడినట్లు సూచించిరి. బహుపతీత్వ మా కాలమునలేదు. అదియునుగాక యుద్ధానంతరము పాండవజాతి రాజు లుచ్చస్థితిలో నున్నప్పుడు ఈ కథ, పాటలు, పదములు, కథలు పూర్వ విషయములనుబట్టి వ్రాయబడెను. వీరే వీరులైరి; ప్రత్యేకజాతి యగుటచేత, అన్యాయముగా రాజ్యమప

హరించిన వారగుటచేత, తరువాతవారట్లనుకొనకుండ, కౌరవుల దాయాదులుగా వర్ణింపబడిరి. అర్జునుడు పాండవుల ముఖ్య వీరుడు." [116] ఈ వ్రాత బహుభాగము సత్యముగానే యున్నది. 'ఘోషు' అను చరిత్రకారుడుకూడ, అనేక భర్తృకత్వము అను వింత ఆచారము మంగోలియనుల ఆచారమని, కొందరు టిబెట్టు వాసులచేత హిమాలయా ప్రాంతపు భారతీయ సరిహద్దులలోని ప్రజలచేత నేటికి అనుసరించబడు ఆచారమని, ఇది మహాభారత కర్తలచేత ఇతిహాసములోని కొన్ని ఉపాఖ్యానముల వివరించుటకు చేర్చబడినదని, వ్రాసెను. [117] డా. వింటర్‌నిట్జ్ 'ఇతిహాసములోని ఒక ప్రాచీన ఆచారమును నమ్ముటకు' వీలుగల్గుచున్నదనెను. [118] 'హాప్కిన్సు', 'సిద్ధాంత'మున్నగువారు పాండురాజు వెలవెల బోయిన ఆకారము, వనములో పాండవుల జననము తండ్రులెవరో తెలియకపోవుట, బహుభర్తృకత్వము' వీని యన్నిటినిబట్టి పాండవులు అన్య దేశీయులని స్పష్టపడుచున్నదని' వ్రాసిరి. 1934 డిశెంబరు 'మాడరన్ రివ్యూ' పత్రికలో 'అభయానంద ముఖర్జీ' ఒక వ్యాసము వ్రాయుచు, పాండవులు కొండజాతులవారేనని స్పష్టముగా వచించెను. పాండవులు కొండజాతుల వారేనని,

---

116 R. C. Dutt — Ancient India. P 40, 41. "It is certain that this central story is a myth. — Although belonging to a distinct race, they were represented as cousins of the Kuru princes, so that later generations might not look upon them as usurpers."

117. N. N. Ghosh—Early History of India P 59.

118. Winternitz—Vol I—P 337,

సిధియాదేశ సంబంధీకులు కావచ్చునని. సిధియనుల ఆచారములు వీరికి కలవని మాకు దృఢమైన నమ్మకము గలదు. 'సిధియనుల' ఆచారవ్యవహారముల మున్ముందు కొంచెము ముచ్చటించెదను.

సిధియనుల ఆచారములు

క్రీ. పూ. 450 – 440 మధ్య గ్రీకు చారిత్రక జనకుడు 'హిరోడోటసు' సిధియా దేశమేగెను. ఈ దేశము హిమాలయ ముల కావలనున్నది. 'హిప్పిక్రేట్సు' అను లేఖకుడుకూడ 'సిధి యనుల' ఆచారముల వర్ణించెను. వీరి వ్రాతలే ఈ దేశ చరిత్ర కాధారములు. (See Historian's History of the world.) 'సిధియనులు' అనాగరికులు; సంస్కృతి లేనివారు. '1 వ డేరి యసు'కు (క్రీ. పూ. 522 – 486) పూర్వము వేయి యేండ్లనుండి ఈ రాజ్యముగలదు; (క్రీ. పూ. 1500) 'సిధియనుల' మూల పురుషుడు 'బృహస్పతిసూనుడు' 'టార్గిటాన్' అని చెప్పబడు చున్నది. గ్రీకు కథల ప్రకారము అప్పటివాడు 'హెర్క్యులస్'. ఇతని మూడవ కుమారుడు 'సిథా'వలన ఈ దేశమునకు 'సిధియా' యని పేరు వచ్చినట్లు తెలియుచున్నది.

ప్రతిసిధియను యుద్ధవీరుడు ధనుర్విద్యయం దారితేరినవాడు. వీరు గుఱ్ఱముల నెక్కువగా బలియిచ్చెదరు. ప్రతి 'సిధియను' సైనికుడు, యుద్ధభూమిలో మొదట వధించిన శత్రుసైనికుని రక్తమును తప్పకుండ త్రాగును. అదియునుగాక అతని చేతులలో జనిపోయిన సైనికుల తలలను రాజునకు బహుమానముగా

నిచ్చును. వారు చంపిన సైనికుల చర్మముల భద్రపరచి వానితో గప్పుకొందురు. తమ యంబుల పొదిని మనుష్య చర్మములతో గప్పియుంచెదరు. మనుష్య చర్మముల తెల్లగా బదునుచేసి, గుఱ్ఱములకు గప్పుదురు. మనుష్యుని పుఱ్ఱనే వారు త్రాగు గిన్నెగా నుపయోగించెదరు. ప్రతి వర్షమును వారి రాజు ద్రాక్ష సారాయిని గిన్నెలో బోసి యివ్వగా, వారు త్రాగుచుందురు. సిధియనులు శత్రువును జంపిననేకాని, వారికి రాజిచ్చు ద్రాక్ష సారాయిని త్రాగు అర్హత లేదు. శుభకార్య సమయములలో మట్టిపాత్రలో ద్రాక్ష సారాయిని నింపి, కొంత నెత్తురుబోసి, కత్తి, బాణములు, చిన్న గొడ్డలి, ఈటె మున్నగునవి పెట్టి, మంత్రములుపాడి, వేడుకతో త్రాగుచుందురు.

సంఘములో స్త్రీలకు గొప్ప గౌరవము గలదు. స్త్రీలుకూడ వీరత్వము గలవారు. 'సైరసు' రాజు సిధియాపైకి దండెత్తిరాగా, సిధియారాణి పర్షియా సైన్యమును నాశనముచేసి, 'సైరసు' ను యుద్ధ ఖైదీగా గైకొని వధించెను. యూరోపు ఆసియాలలో నింత వీరత్వము గల జాతియే లేదని చరిత్రకారులు వ్రాసిన వ్రాతలుగలవు. ఖడ్గమే వారిదైవము. గుఱ్ఱముల, గొఱ్ఱెల శత్రుసైనికులను కత్తికి బలియిచ్చెదరు. ఘోరము, వినశక్యముగాని, 'సహగమనాచారము' కూడ వీరిలోనుండి బయలుదేరియే, భారత భూమిలో క్రీ.శ. 1829 వరకు పురోహిత సంఘము వారిప్రోత్సాహముతో, నాట్యమాడినది. సిధియనులలో బహుపతీత్వము గలదు. ఒకరి కొకరు సోదర భావముతో నుండుటకు. ఒకరి కొకరు ద్వేషము, చూపోషమి

లేకుండ, వైరభావములు లేకుండ, నైకమత్యముతో నుండుటకు, సోదర భావము చెడకుండుటకు ఒకేస్త్రీని అనేకమంది సిథియనుల లోని ఒక తెగవారు గలసి పెండ్లాడుచుందురని గ్రీకు చరిత్ర కారుడు వ్రాసెను. 'మస్సగిటా' అనువారికి భార్య లుమ్మడిగా నుందు ఈ ఆచారము గలదని హిరోడోటసు వ్రాసెను.[119] ప్లేటోకూడ దీనిని వ్రాసెను. పై యాచారములలో నేవి పాండవులకు సరిపోవునో, మహాభారతమునుబట్టి తెలిసికొందము.

పాండవుల జనన వృత్తాంతము

ఆర్య వాఙ్మయములో పాతివ్రత్యము, ఏకపత్నీ వ్రతము విశేషముగా కొనియాడబడి యున్నవి. మహాభారతమును బట్టి చూడగా, వివాహమునకు బూర్వమే కుంతి కర్ణుని గని పార వేసినదని తెలియును. ధర్మజ, భీమ. అర్జునులైనను పాండురాజునకు గల్గినసంతానముకాదు; వారు యమ, వాయు, ఇంద్రదేవతలకుగల్గిరి. మాద్రికి గల్గిన నకులసహదేవులైనను అశ్వినీ దేవతలవలన గల్గి నారు. పాండురాజు తెల్లని శరీరము గల్గినవాడై యుండవచ్చును; లేదా పాండురోగముచేత నపుంసకుడై ఉండవచ్చును. ఎట్లయిన నైదుగురు బిడ్డలలో నెవరును పాండురాజునకు గల్గియుండలేదు; వీరు భారతభూమిలో జన్మించియుండలేదు. హిమాద్రి కావల 'శతశృంగ' పర్వతముపైన వీరి జననమని, మహాభారతమే తెల్పు

119. G. Rawilson—The History of Herodotus Vol I - P 109. "Each man has but one wife, yet all the wives are held in common." Ibid - Herodotus IV - 104 - P 328.

చున్నది. కుంతి, ఋషులు ఒకచోటనే భుజించుచుండిరి. పాండు రాజు చనిపోయిన తర్వాత ఋషులు, కుంతి కలసి హస్తినాపురము నకు వచ్చిరి. ఆ బిడ్డలను ఋషులు 'భీష్మని'కప్పగించి యంతర్ధా నమై పోయిరి. ఇట్లు పాండవుల జనన వృత్తాంతము అత్యంత విచిత్రముగా నున్నది. పాండురాజు సంతత రోగ పీడితుడు. పాండురాజాఖరున నొకసారి మాద్రితో గలియబోగా, రక్తనాళ ములు పగిలి చనిపోయెను.

కుంతి తన బిడ్డలను 'హిమాలయముల కావల' శతశృంగ పర్వతముపై గనుటచేత, పాండవులు సిధియాదేశ ప్రాంతముననే జననమందిరని చెప్పవచ్చును. విచిత్ర వీర్యుని భార్యలు 'అంబిక, అంబాలికలు'; భర్త చనిపోగా, వీరు వ్యాసునితో గలయగా, అంబికవల్ల ధృతరాష్ట్రుడు, అంబాలికవల్ల పాండురాజు గల్గెనని, కుంతి (పృథ) వసుదేవుని సోదరియని, కృష్ణుని మేనత్తయని మహాభారతమున గలదు. కాని 'కుంతి' ఆచారములబట్టి చూడగా, నామెది సిధియాదేశమని, మహాభారతముతో సంబంధము గల్గిం చుటకు వసుదేవుని సోదరిగాను, పాండురాజు భార్యగాను వర్ణించ బడెనని తోచుచున్నది. 'హిరోడోటసు' యిచ్చిన ఎల్లలను బట్టి చూచినను, పాండవులు సిధియాదేశ ప్రాంతములోనే జనన మంది రని చెప్పక తప్పదు. సిధియను స్త్రీలు గొప్పనైతిక వర్తనముగల వారు కాదు. అనపహార్యంబు, తేజోమయంబు, సర్వగుణంబులకు సలంకారమైన పాతివ్రత్య భూషణముచేత విరాజిల్లినవారు కాదు.

ఒకసారి సిధియను వీరులు, భార్య బిడ్డల వీడి యుద్ధభూమికేగి దండయాత్రలు చేయుచు ఎనిమ్మిది వర్షములు రాకుండుటగాంచి. తమ భర్తలు రణరంగమున మృతినొందిరని తలంచి, తమయొద్ద పశువుల కాపరులుగా నున్న బానిసలను గాంధర్వంబున వివాహ మాడి సంతానము గనిరి. చాల కాలము తర్వాత 'సిధియను' వీరులు తిరిగివచ్చి, బానిసలతో యుద్ధమాడి స్వగృహములకు జేరిరి. తమ గుట్టు బయల్పడునని అనేకమంది సిధియనువనితలు ఖడ్గములతో బొడుచుకొని, ఉరిపెట్టుకొని చనిపోయిరి. కుంతి, మాద్రియను పాండురాజు భార్యలుకూడ దేవతలవలన సంతానము గన్నట్లు కాన్పించుచున్నది. ఇది చారిత్రక సత్యము కాజాలదు.

బహుపతీత్వము - బహు పత్నీత్వము

ఆర్యులలో బహుపతీత్వము ఒకటి రెండుచోట్ల తప్ప నెచటను గాన్పించదు. బహుపత్నీత్వము రాజులకు శ్రీమంతుల కున్నట్లు కాన్పించును. పురాణములలో బలుతావులలో రాజులకు అనేకమంది భార్యలు గలరని వ్రాయబడి యున్నది. అలెగ్జాండరు, విసిమోఖసు, సెల్యూకసు, డెమేట్రియసు, పిర్రస్, మొదలగువారు బహుపత్నీత్వము గలవారు. మామూలు జను లొకే భార్యను గల్గి యుండిరి. 'మెగస్థనీసు' (క్రీ. పూ. 302) అను గ్రీకు లేఖకుడు ఆ కాలపు సాంఘికాచారముల గూర్చి బ్రాహ్మణుల గూర్చి యిట్లు వ్రాసెను. "37 ఏండ్లు అయిన తర్వాత వారు స్వగృహముల

కేగుదురు. బహు సంతానవంతు లగుటకు వారు ఇష్టము వచ్చినంత మంది భార్యలను జేసికొనుచుండిరి.[120]

ఆర్యజాతిని వృద్ధిచేయుటకు ఆ కాలపు బ్రాహ్మణు లట్లు అనేక వివాహముల జేసికొనుచుండిరని, మన మూహింపవచ్చును. ఆర్యుల వేదవాఙ్మయములో గాని ధర్మశాస్త్రములలోగాని ఎచటను బహుపతీత్వము గాన్పించదు. ఇది వింతయైన ఆచారము. ఆర్యులు దీనిని నిరసించిరని కూడ తెలిసికొనవచ్చును.

'ఐతరేయ బ్రాహ్మణము' (III - 23) ఇట్లు తెల్పును. "ఒక మనుజుని కనేకమంది భార్యలు గలరు; కాని ఒక భార్య ఒకేసారి అనేకమంది భర్తలను గల్గియుండజాలదు." ఈ మంత్రము వలన ఆర్యు లీ యాచారమును నిషేధించిరని చెప్పవచ్చును. కాన బహుపతీత్వము ఈ దేశమునకు నవీనమైనది. ఇది 'సిథియాదేశా చారము. పాండవులు కాంపిల్యచేరి స్వయంవరములో ద్రౌపదిని గైకొని తల్లియొద్ద కేగినపుడు, గొప్ప బహుమానము పొందితి మని చెప్పగా, ఆమె అందరిని సమముగా పంచుకొనుమనిచెప్పెను. తల్లి ఆజ్ఞప్రకారము ద్రౌపదిని అందరును భార్యగానే గ్రహించిరి. ఈ కారణములవల్ల వారు మనదేశీయులు గాదని స్పష్టపడుచున్నది.

---

120. Mccrindle—India as described by Megasthenes and Arrian - Fragment 27

సహగమనము

క్రీ. పూ. 4 వ శతాబ్ది నాటికి భారత భూమిలో 'సతి' ఆచారము కలదని స్పష్టపడు చున్నది. ఎందరు భార్య లున్నను, భర్త చనిపోయినపుడు శవముతోబాటు చితిపైన పరుండి, వీరుకూడ ప్రాణములు బోగొట్టుకొను చుండిరని, వారు సంతోషముతో నట్లొనర్చు చుండిరని, నిరాకరించినవారు అవమాన పూరితులగు చుండిరని, గ్రీకు లేఖకులు వ్రాసిరి. 'అలెగ్జాండరు' తో బాటు వచ్చిన గ్రీకు చరిత్ర కారుడు 'అనిసెక్రుటసు' ఈ ఆచారము 'కథియనుల' (క్షత్రియుల) లోనిదేనని వ్రాసెను. క్షత్రియులు యుద్ధ భూమిలో జనిపోవుటచేత వారి భార్యలు దుఃఖపూరితమైన వైధవ్య జీవనము గడపుటకంటె, అగ్నిలోబడి ప్రాణములు వీడుటయే మేలని తలంచు చుండిరి. ఋగ్వేదములోగాని, మను, యాజ్ఞ వల్క్యాది స్మృతులలోగాని ఈ ఘోర దురాచారము గాన్పించదు.

భర్తలకు విషప్రయోగ నివారణకు ఒక చట్టము—'స్ట్రాబో' వ్రాసిన ప్రకారము చూచినచో, పంజాబులోని 'కథియనులు' అను ఒక జాతివారు, భార్యలు తమ భర్తలకు విషముపెట్ట కుండునట్లు చేయుటకు, భర్తలు చనిపోయినపుడు వారితోబాటు భార్యలుకూడ చితిపైన పరుండి సహగమనము చేయవలయునని చట్టమేర్పరచి రని తెలియుచున్నది. ఇట్లనే 'డయోడోరసు సికులస్' అను లేఖ కుడు, 'అంటియోఛస్' తో జరిగిన యుద్ధములో 'ఖాత్రి' అను రాజు చనిపోగా, ఆయన భార్య సహగమనము చేసెనని వ్రాసెను.

'హిరోడోటసు' వ్రాతల ప్రకారము 'సతి' ఆచారము సిథియనుల లోను, త్రేషియనులలోను గలదని తెలియుచున్నది. భారతీయు లీ యాచారమును సిథియనులనుండియే కైకొనిరి.[121] పూర్వవాఙ్మయములో లేకపోయినను క్రీ.శ. 3వ శతాబ్దమునుండి బయలుదేరిన పురాణములలో నిది బయలుదేరినది. 'బ్రహ్మపురాణము' లో, వ్యాస, అంగీరసస్మృతులలో నింక ఇతరచోట్లలో నిది చేర్చబడినది. 'కోల్‌బ్రూకు', 'విల్సను' మున్నగు విద్వాంసులు ఇది భారతీయుల మతాచారమని, దానితో జోక్యము గల్గించుకొనరాదని యభిప్రాయ మొసంగిరి. 'సిథియను' లేయగు రాజపుత్రులలోగూడ సతి, జోహర్లు కాన్పించుచున్నవి. జగతిలో తొలిగ్రంథమగు ఋగ్వేదములోగూడ 'సతి' ఆచారముగలదని ఋజువుచేయుటకు వేదమంత్రమునే మార్చివైచిరి. ఈ మంత్రములోని అక్షరమును మార్చినది 'రఘునందనుడు' అను పురోహితుడని, డాక్టరు యఫ్. హాల్ వ్రాసిన విషయమును, సర్. మానియర్ విలియమ్సు పేర్కొనెను. ఋగ్వేదము 10-18-3 లో నిట్లున్నది:-

మం॥ ఉదీర్యనార్యభి జీవిలోకం గతాసుమేతముప శేషఏహి।
హస్తగ్రేభస్య దిదిషోస్త వేదం పత్యుర్జనిత్వ మభిసంభభూవ॥

తా. "ఓ నారీ! లెమ్ము; ప్రాణము పోయిన వానిచెంత నీవు పడియున్నావు. నీ భర్తనువదలి, బ్రతికియున్నవారుగల ప్రపంచము

121. M. Williams — Indian wisdom — P 252 "The idea of Sati seems to have been borrowed by the Hindus from the Scythians — (Herod IV — 71 — Herod V — 5, Propertius III — 13.)

లోనికి రమ్ము; పాణిగ్రాహకుడును, నిన్ను వివాహమాడ నిచ్ఛగల వాని పత్నివి కమ్ము." కొందరు ఋగ్వేదము (X-18, 7) లోని ఈ మంత్రములోని 'అగ్రే' శబ్దమును 'అగ్నే' గా మార్చినది ఒక బెంగాలిపండితుడని వ్రాసిరి.

మం॥ అనశ్రవా నమీవాహ సురత్నా
ఆరోహంతు జనయొయొనిమ్ అగ్రె ॥

తా. కన్నీటి బిందువులు, చింతలేకుండ, సర్వాభరణభూషితు రాండ్రై, భార్యలు ముందుగా, పీఠమువద్దకు వెళ్లవచ్చును. విద్యాసాగరు డిట్లు చెప్పెను. "నా దేశీయులు శాస్త్రములచే గట్టుబడియున్నారని నేను దలంచిన దంతయు గొప్ప తప్పు. మనవారికి శాస్త్రాదరణముగాదు. స్వార్థపరత్వమే". దీనినిబట్టి ఈ దురాచారములన్ని స్వార్థపరత్వమువల్ల ఏర్పడెనని చెప్ప వచ్చును.

మంత్ర భావమిట్లుండగా 'అగ్రే' అను పదమును 'అగ్నే'గా మార్చి వంగదేశములో తప్పుడు భాషాంతరీకరణము చేసి, వితంతువుల గాల్చి వేయసాగిరి. హిందువుల ఈ మూర్ఖాచారమును గాంచి 'మోక్షముల్లరు' అను జర్మను విద్వాంసుడు కన్నీరు, మున్నీరుగా నేడ్చెను. ఈ ఘోరమైన దురాచారము అన్యాయ బుద్ధిగల పౌరోహిత్య సంఘమువారుచేసిన అతిఘోర సంఘటనమై యున్నదని, ఒక శబ్దమును తప్పుడు శబ్దముగా మార్చి, తప్పుడు

భాషాంతరీకరణముచేసి, తప్పుగా వాడినందున, వేలకొలది ప్రాణ
ములు బలియై పోయెనని విచారించెను. [121A]

గంగలోని యాత్రికులను బీడించుట జూచి ప్రఫుల్ల చంద్ర
రాయ్, ఈ పురోహితులను జుట్టుపట్టుకొని ఈడ్చి లాగి సముద్ర
ములో నెట్టునంతవరకు భారత వర్షమునకు పునర్జన్మ లేదని
'వివేకానందుడు' చెప్పలేదా ? అని చెప్పెను. ఇట్టి వానిని
మాన్పుటకు ప్రభుత్వ శాసనములు ముఖ్యము. ఈశ్వర చంద్ర
విద్యాసాగరుడు, రామమోహనరాయలు మున్నగువారు కూడ ఈ
ఘోరదురాచారమును గాంచి, ఎంతయో విలపించిరి. చిట్టచివరకు
రాజారామమోహనరాయ్, 'విలియం బెంటిక్' ప్రభువుతో జెప్పి
ఈ ఘోరదురాచారమును క్రీ. శ. 1829 లో మాన్పించి చట్టము
నేర్పాటు చేసెను. క్రీ. శ. 17 వ శతాబ్దములో వచ్చిన పాశ్చాత్య
లేఖకుల, క్రీ. పూ. 4 వ శతాబ్దములలో వచ్చిన గ్రీకు లేఖకుల
వ్రాతలబట్టి చూచిన 20 శతాబ్దముల కాలము గడచినను దేశములో
మార్పులేమి లేవని, దేశీయులు మూర్ఖనమ్మకములతో, అంధ
విశ్వాసములకు కట్టుబడిఉండిరని చరిత్రకారు లభిప్రాయపడిరి.

121A. —Max Muller - "This is perhaps the most flagrant
instance of what can be done by an unscrupulous Priest-
hood. Here have thousands of lives been sacrificed and
a fanatical rebellion been threatened on the authority of
a passage which was mangled, mistranslated and
misapplied.

మహాభారతమును బట్టి చూడగా పాండురాజు చనిపోయి నపుడు భార్య 'మాద్రి' సతియాయెను. కుంతి మాత్రము సహగమనము చేయకుండ, బిడ్డలతో హస్తినాపురము చేరెను. రామాయణములో గూడ, సీత 'సహగమనమును బ్రశంసించెనని ఒకరు వ్రాసిరి. 'సిథియను' ఆచారము లీ దేశమున బ్రవేశించుటచేత. ఆర్య సంతతివారు కూడ దీని నారంభించిరి; కాని యిది ఆర్యుల ఆచారము కాదు. ఆర్యుల ఆచారము కాని సహగమనమును క్రీ. పూ. 10 వ శతాబ్ద ప్రాంతమున పాండురాజు చనిపోయినపుడు. మాద్రి చేసియుండుటచేత, పాండవులు సిథియను దేశీయులని స్పష్టపడుచున్నది.

నెత్తురు త్రాగు ఆచారము

ఆర్యులలో నెవరు శత్రుసైనికులను జంపి, వారి రక్తము త్రాగియున్నట్లు ఆర్యవాఙ్మయములో, మా కెచట ప్రమాణములు లభించలేదు. ఆర్యులు వేలకొలది దస్యులను సంహరించినారు; సంతాన వృద్ధికొరకు వారి స్త్రీలను వివాహమాడిరి; స్వేచ్ఛగా మాంసాహారమును గైకొనిరి; వారికి విశేషముగా ద్యూతవ్యసనము గలదు. మత్తు గల్గించు సోమలత రసమును వారు విశేషముగా త్రాగుచుండిరి. శత్రువులను వెంటాడి చీల్చి చెండాడి, వారి గృహములకు నిప్పంటించి, దస్యువంశ నిర్మూలనము చేసిరి; కొందఱు దస్యులు కాలికి బుద్ధిచెప్పి పలాయనమైరి. ఇందుచేతనే 'వినయకుమార సర్కారు' అను గొప్ప చరిత్రకారుడు 1941 లో

ప్రబుద్ధ భారతిలో నొక వ్యాసము వ్రాయుచు, "ప్రాచీన భారతీయ ఋషు లేమైన ఎరిగియున్న, వా రెరిగినది చంపుట, తగుల వేయుట, నాశనము చేయుటయే" అని చెప్పెను. ఈ చరిత్రకారుడు ఆర్యఋషులు చేసిన మేలును గుర్తించడాయెను. లక్షలాది వర్షముల కాలము స్మరింపదగిన బ్రహ్మచర్యము, యోగసిద్ధి, తద్వారా గలిగెడు ఓజశ్శక్తి, ధారణాశక్తి—వీని విషయములో ఋషులు బోధించిన సూక్తములు చిరస్మరణీయములు. బుద్ధదేవు డిట్లు వచించెను. "బహుజన హితార్థముగ బహుజన సుఖార్థముగ, లోక సంగ్రహ బుద్ధితో దేవమనుష్యులకు ప్రయోజనకరముగ—హితకరముగ, సుఖకరముగ యెల్లెడల సంచారము చేయుడు. ఒకదారిని యిద్దరు పోవలదు. ఓ భిక్షువులారా! ఆదికల్యాణము, మధ్యకల్యాణము, అంత్యకల్యాణము నగు ధర్మము నుపదేశించుచుండుడు. అర్థసహితమును, కేవలమును పరిపూర్ణమును పరిశుద్ధము నగు బ్రహ్మచర్యమును ప్రకటించుడు." ఈ ధర్మములన్ని బుద్ధదేవుడు ఆర్యఋషులనుండి వారు రచించిన ఉపనిషత్తుల నుండియే గ్రహించి, తన యనుభవముల బెక్కింటిని జేర్చెను.

ఆర్యులలో జాల వ్యసనము లున్నమాట నిజమే కాని, రక్తముత్రాగుఆచారముకాన్పించలేదు. మహాభారతమునుబట్టిచూడగా భీముడు దుశ్శాసనునిజంపి అతని రక్తమును ద్రాగెనని తెలియును. ఈ సందర్భములో తల్లిపాలు, తేనె, పారాయిలకంటె రక్తము మేలుగానున్నదని 'భీముడు' వచించెను. (VI–1–83) "ఈ భర

తుల నెత్తురు త్రాగనిచో, నేను నా పూర్వుల దేశమునకు బోవలసినదే" అని భీముడు పల్కెను. (II-68). ఈ భరతవంశములోని ఖలుని, ఈ పాపాత్ముని రొమ్ముచీల్చి, యుద్ధభూమిలో నితని రక్తమును ద్రాగనిచో, నా పూర్వుల మార్గమును పొంద జాలకుందునుగాత ! (Sabha 68 Chap. 52—53. "O lords of earth! if having spoken these words, I do not accomplish them here after and if I do not forcibly, tearing open the breast of this sinful wretch, this wicked minded scoundrel of the Bharatha race, drink his life blood in the field of battle, let me not obtain the path of my ancestors.")

అర్జునుడు సైతము (వన 242 — 21, 22) గంధర్వులు దుర్యోధనుని బట్టిబంధించి, వదలక యుద్ధముచేయు సందర్భములో 'గంధర్వులు దుర్యోధనుని వీడనిచో, 'ఈనాడు ధరణీదేవి గంధర్వుల రక్తమునుద్రాగును.' అని వచించెను. ("The earth shall this day drink the blood of the Gandharvas") ఇది అర్జునుడు రక్తము త్రాగునను విషయమునే సూచించును. శత్రు సైనికుల రక్తము త్రాగువారు సిథియనులే.[122] భీముడు తన పూర్వుల దేశమునకు పోవలసినదేయని చెప్పుట చూడగా,

122. Rawilson — Herodotus. P 312. "The Scythian soldier drinks the blood of the first man he overthrows in battle."

తన పూర్వుల దీ దేశము కాదని స్పష్టపడుచున్నది. శత్రువుల నెత్తురు త్రాగనిచో, సిధియనులలో వీరుడేకాదు. భీము డిట్లు చేయుట, చెప్పుట చూడగా, వీరు 'సిధియనులని' స్పష్టపడుచున్నది. సంజయుడు ధృతరాష్ట్రునితో జెప్పు సందర్భములో, భీమునిగూర్చి వచించుచు, 'ఈ వేటకాండ్రు నిత్యము బుట్టలకొలది మాంసమును భీమునికి తెచ్చిపెట్టుట అలవాటై యుండెను,' అని చెప్పెను. హద్దులేకుండా బుట్టలకొలది మాంసమును దిను పద్ధతికూడ సిధియనులదే యై ఉన్నది.

నరమేధము మున్నగు యజ్ఞములుకూడ ప్రాచీన కాలములో గాన్పించును. ఆదిపర్వము (162—4)లో క్రూరుడైన బకాసురుడు మనుష్యమాంసముచే బలిసెనని వ్రాయబడినది. హిరోడోటసుకూడ నరమాంసభక్షకుల వర్ణించెను. (Vol I-P 294) నరబలులు కలవని 'కర్మకార్' అను విద్వాంసుడు కూడ అంగీకరించెను.[123] వసుదేవుని ఏడుగురు బిడ్డలను కంసుడు చంపుట, శంతనుని భార్య భీష్ముని తల్లి గంగాదేవి, మొదటి ఏడుగురిని గంగలో బార వేయుట, జరాసంధుడు, మగధలోని వారణావతములోని పశుపతి ఆలయములో నూరుగురు రాజులను ఖైదీలుగాజేసియుంచి, పశువులవలె జంప యత్నించుచుండ, రక్షింపబడుట, ఈ విషయములన్ని నరబలులకు నిదర్శనములు. 'భిల్లులు' ఇంకను కొందరు కొండజాతులవారు, అఘోరిని పూజించుచు, నరబలు లిచ్చుచుండి

123. A. P. Karmakar — A. B. O. R. I. Vol XXV — Article on human sacrifices.

రని. ఈ యాచారమును క్రీ. శ. 11, 12 శతాబ్దములలోని సంస్కృత లేఖకులు తమగ్రంథములలో విమర్శించిరని, 'విల్సను' అను విద్వాంసుడు వ్రాసెను. గంగానది దగ్గరగల 'సాగరదీవి'లో నరబలు లివ్వబడుచుండెనని, హౌనుత్సాంగు అను చైనీయ యాత్రికుని (క్రీ. శ. 629—645) కూడ బలియివ్వబోగా, గొప్ప తుపాను వచ్చి దొంగలను బారదోలెనని, చైనీయ లేఖకుల వ్రాతలు తెల్పుచున్నవి. 'వారన్ హేస్టింగ్సు' భారతవర్షములో నీ యాచారమును దొలగించెను. ఈ దురాచారము ననేకమంది వర్ణించిరి; కాని నెత్తురు త్రాగుపద్ధతి మాత్రము భారత వర్షమున నెచటను గాన్పించదు. సిథియనులగు పాండవులలో మాత్రమే యిది కాన్పించుచున్నది.

అంబుల పొదిని చర్మముతో గప్పుట

మనుష్య చర్మముల కప్పుకొను పద్ధతి, గుఱ్ఱములకు, తమ యక్షయ తూణీరములకు చర్మముల గప్పు ఆచారములు సిథియనుల లోనే కలవు. 'హెర్క్యులస్' కూడ మృగరాజు చర్మమును గప్పుచుండెను.[124] ప్రపంచ చరిత్ర నవలోకించగా నీవింత ఆచారములు సిథియనులలోనే కాన్పించును కాని యితరత్రాలేవు. ఉత్తర గోగ్రహణములో అర్జునుడు బృహన్నల వేషముతో నుండెను. బృహన్నళ రథముపైనుండి, ఉత్తరుని శమీవృక్షము నెక్కించి, బాణముల దీయుమని చెప్పగా, ఉత్తరు డెక్కి చూచెను; పాండవుల ఆయు

124. G. Rawilson—The History of Herodotus Vol I - P 290

ధము లన్నియు శవముతో గప్పబడియుండుట గాంచి, ఉత్తరుడు భయభ్రాంతుడై, తన కిట్టి పని నియోగించుట ధర్మమా యని యడిగెను. మనుష్య శవములతోనో, చర్మములతోనో ఆయుధ ముల గప్పు వింతపద్ధతులు సిధియనులవి కాన, పాండవులు సిధి యనులే యైయుండవలయును. హిరోడోటసు కూడ ఈ ఆచార మును వర్ణించెను.[125]

కాన బహుపతీత్వము, సహగమనము, శత్రువుల నెత్తురు త్రాగుట, అంబులపొదిని మనుష్య చర్మముతో గప్పుట, వివాహ మైనను, భర్త దేశాంతర మరిగిన, వ్యాధిపీడితుడైనను అన్య పురుషుల గాంధర్వ వివాహపద్ధతి నవలంబించి సంతానము గనుట, ఇత్యాది వింత ఆచారములు సిధియనులలోనే కాన్పించుచున్నవి. ఇవియన్ని పాండవులలో నుండుటవలన వారు సిధియనులే' యను ఊహ దృఢపడుచున్నది. మహాప్రస్థాన పర్వమునుబట్టి చూడగా, పాండవులు అర్జునుని మనుమడగు పరీక్షిత్తుకు రాజ్యమప్పగించి, మూడేండ్ల కాలము తీర్థయాత్రలుచేసి ఈశాన్యముగా బోయి, హిమాలయముల దాటిరని, 'వాలుకారవ' మను ఎడారిని దాటి, మేరువు (సుమేరు) దగ్గరకు బోవుచుండగా సహదేవుని నుండి

125. Rawilson — The History of Herodotus. P 312. "And make of the skin, which is stripped off with the nails, hanging to it, a covering for their quivers. Some even flay the entire body of their enemy, and stretching it upon a frame carry it about with them wherever they ride."

భీమునివరకు నందరు యసువుల బాసిరని, ధర్మరాజు మాత్రము తనతోనున్న శునకముతోబాటు స్వర్గమునకేగెనని తెలియుచున్నది.

ఆర్యుల స్వర్గలోకము

పురాణాదులలో వర్ణించబడిన స్వర్గము ఈ 'మేరువే' కావచ్చును. పారసీక వేదమగు 'జెండవిష్టా' లోని 'వెందిదాదు' లో కూడ దీని పేరు 'మౌరు' అని కలదు. 'దేరియసు' అను పారశీక రాజు తన 'బేహిస్తాను' శిలాశాసనములో గూడ దీనిపేరు 'మౌర్గు' అని వ్రాయించెను. ఇదియే ఆర్యుల స్వర్గలోకము అని అక్షయ కుమారదేవి, మున్నగువారి అభిప్రాయము. ధర్మరాజు చేరిన పుణ్యభూమిని ఈ నాటికి కూడ పవిత్రమైనదని, స్వర్గతుల్యమని యాత్రికులు తలంచుచున్నారు. దీని నిపుడు 'మేర్వ్' అని పిల్తురు. 'బాల్కు' కు దగ్గరగా 'షిరాబాదు' ప్రాంతము కావచ్చునని విద్వాంసుల యభిప్రాయ మైయున్నది.

పాండవు లిచటకు జేరయత్నించుట, జన్మభూమిలో మరణించవలయునను ఉద్దేశ్యమై యుండవలయును; కాని వేఱొండు కాదు. ఇట్టి సంకల్పము అనేకులకు గలదు. ఈ ప్రదేశము సిధియా దేశప్రాంతమే యగుచున్నది. 'హిరోడోటసు' వర్ణించిన ప్రకారమిది చతురస్ర ప్రదేశమని, ఒక వైపునుండి రెండవ వైపునకు పోవుటకు 20 దినములు పట్టునని, నాల్గువేల స్టాడియోలు (500 మైళ్ళకు కొంచెము తక్కువ) గలదని తెలియుచున్నది. మహాభారత కథ సత్యమైనచో ధర్మరాజు చేరినదీ ప్రాంతమే యగును.

ఇదియే 'మౌరు' ప్రాంతము. పురాణములలో వర్ణించబడిన స్వర్గలోకము త్రిపిష్టపమని, (Tibet) ఆర్యులకు అనార్యులకు జరిగిన యుద్ధము, దేవాసుర యుద్ధమని, 'వీరభద్రరావు' ఆంధ్రుల చరిత్రలో ఏనాడో వ్రాసియుండెను. ఇది సత్యమే. 'సీత' భూమిలో బుట్టి భూమిలోనే అంతర్థానమైనదని రామాయణము తెల్పును. పాండవులు కూడ సిథియాదేశ ప్రాంతమున బుట్టి, భారత వర్షము వచ్చి, కౌరవుల వధించి, కొంతకాలము రాజ్యపాలనచేసి, తిరిగి స్వదేశమునకేగుచు నల్గురు చనిపోయిరి. వీరి వంశీకుడైన 'జనమేజయుడు' తన పూర్వుల మహిమ వ్యాప్తి చేయుటకు భారతము వ్రాయించెను; కాని పాండవుల గాథ చాలభాగము కల్పితమని, విద్వాంసుల అందరి యభిప్రాయము. 'ఆర్. సి. మజుందారు' మున్నగు భారతీయ విద్వాంసులు కూడ, ఈనాటి మహాభారతములో $\frac{1}{4}$ వ వంతు మాత్రమే మూలకావ్యమని వ్రాసిరి.[125A]

మహాభారతగాథ చారిత్రకమైనదా ?

కురుపాంచాలురకు జరిగిన యుద్ధయు మాత్రము చారిత్రకమైనదే అని ఊహించబడుచున్నది. పాంచాలురకు భరతులకు (కురులకు) ఏ కారణముననో స్పర్థలు గలిగినవి. ద్రుపదునిచే తిరస్కరింపబడిన ద్రోణాచార్యుడు, ద్రుపదునిబట్టి తెమ్మనుటలో తగాదా యారంభమైనదని చెప్పవచ్చును. ఈ కథలో ముఖ్య

125A. —R. C. Majumdar M. A. P H. D. — An Advanced History of India. P 92 — "It was admittedly at first only about a quarter of its present size."

పాత్రలు 'కురుపాంచాలురు' కాదు. కురులు ఆధునిక ఢిల్లీచుట్టు, పాంచాలురు ఆధునిక 'కనూజి' చుట్టు నుండిరి. కథలో పంచ పాండవులు నాయకులు; భార్య నాయకి. ఈ కథ రూఢిగా కల్పిత మైనదని దత్తు మున్నగు విద్వాంసుల అభిప్రాయము.

'ఋగ్వేదము'లో నొక్కచోట మాత్రము గంగానది పేరు గలదు. ఆ కాలమున ఆర్యులంతవరకు వచ్చి నగర నిర్మాణము చేసియుండలేదు. 'సుదాసుని' యుద్ధములో బాల్గొన్న భరతులు, లేక కురులు తూర్పుగా వలసవచ్చి గంగానది ఒడ్డున ఢిల్లీకి ఉత్తరముగా 25 మైళ్లదూరములో హస్తినాపుర నిర్మాణముచేసిరి. ఈ నగరము చాలకాల ముచ్ఛస్థితిలో నుండెను. జనమేజయునికి ఆరవతరము వాడగు 'నుచక్షుని' కాలములో గంగానది వరదల వలన, హస్తినాపురము కొట్టుకొని పోయెను. ఇది క్రీ. పూ. 9వ శతాబ్దిలో జరిగెను.

కురుపాంచాల యుద్ధము

పాంచాలురు, పంజాబునుండి వచ్చి భరతులకు దక్షిణముగా గొప్పరాజ్యము నేర్పరచి, 'కాంపిల్య'ను రాజధానిగా నేర్పరచు కొనిరి. కురుపాంచాలురు ప్రప్రథమమున స్నేహముగా నుండిరి. తర్వాత వైరము గల్గెను. ఇదియే కురుపాంచాల యుద్ధమునకు గారణ భూతమైనది. 'యమునానది' ఒడ్డున నుండు అడవి ప్రదేశమును బాండవులు ఛేదించి, ప్రస్తుత ఢిల్లీప్రాంతమున ఇంద్రప్రస్థ నగరమును నిర్మించిరి. వేదములగూర్చిన యనంతరము, బ్రాహ్మణ

గ్రంథముల కొకింత పూర్వము కురుపాంచాల యుద్ధము జరిగె ననుటలో సందియములేదు; కాని బ్రాహ్మణ గ్రంథములలోగాని జనకమహారాజు ఆస్థానములోని ఋషియగు యాజ్ఞవల్క్య రచిత మగు 'శుక్లయజుర్వేదము' లోగాని (వాజసనేయసంహిత) పాండవుల పేర్లు గాన్పించవు.

అర్జునుడు పాండవులలో ముఖ్య వీరుడు. 'వాజసనేయ సంహిత' శతపథ బ్రాహ్మణములో అర్జునుని పేరు ఇంద్రార్థములో వాడబడినది. అఖిల యాగక్రియలకు నిధివంటి ఈ వేదమే నాల్గు విభిన్న కాలములలో బుట్టినదని 'మెక్డనాల్' ధ్రువపరచెను. దీని లోని మొదటి 18 అధ్యాయములు మాత్రము యాజ్ఞవల్క్య రచిత ములని కృష్ణయజుర్వేద సంహిత పుట్టిన తర్వాత పుట్టినదని, మెక్డనాల్, వీబరు, దత్తు పండితులు వ్రాసిరి. ఈ 'సంహిత' లో నొకచోట 'ఓ కురులారా ! ఓ పాంచాలులారా ! ఇతడు మీ రాజు' అని కలదు. 'కురుపాంచాల రాజ్యములు' మహోన్నత స్థితిలో నుండగానో, లేక యనంతరమో యిది రచింపబడినది. 18 నుండి 25 వరకు పరిశిష్టములని ఇవి పిలువబడుచున్నవి. 'అర్జున, ఫల్గుణ' పదములు ఇంద్రార్థములో వాడబడినవని 'వీబరు, మెక్డ నాల్, దత్తు' మున్నగువారు వ్రాసిరి. ఇది సరియనియే మా తలంపు. 'అంబ' మున్నగు పేర్లు మహాభారతమున గలవు. పరీక్షిత్తు, జన మేజయుల పేర్లు శతపథ, ఐతరేయ బ్రాహ్మణములలో గలవు. 'పరీక్షిత్తు' పేరు అథర్వవేదము 'కుంతాపసూక్తములలో' కలదు.

(20—127—9, 10.) కాని వీనికి 'పదపాఠము' లేదు. అనుక్రమ ణికకూడ ఖిలమైనది.

కాఠకసంహిత (10—6) లో విచిత్రవీర్యుని కుమారుడు, ధృతరాష్ట్రుడని కలదుకాని, పాండురాజు, పాండవుల పేర్లులేవు. కాన ప్రాచీన గ్రంథములలో పాండవుల పేర్లు కాన్పించవు. కురు పాంచాలురతో వీరికెట్టి సంబంధములేదు. అట్లున్నచో బ్రాహ్మణ గ్రంథములలో వీరి పేర్లు కాన్పించెడివే. ఆర్యరాజుల పేర్లనేక ములుకలవు కాని పాండవుల పేర్లులేవు. పాండవులు విదేశీయులు లేక సిధియనులు; అన్యాయముగా దుర్యోధనాదుల రాజ్యము నప హరించిన దోపిడిగాండ్రని భవిష్యత్తరములవారు తలంచకుండ, పాండవ వంశీకుడగు 'జనమేజయుడు' తన పూర్వులు దోపిడి గాండ్రని యనకుండ, భరతవంశ సంబంధీకులుగాజేర్చివైశంపాయ నునిచేత భారతము వ్రాయించి యుండవలెను. అనేకమంది విదేశీ యుల నిట్లనే, ప్రాచీనపండితులు సూర్య చంద్రవంశ క్షత్రియులుగా జేసిరనుట కనేక చారిత్రక నిదర్శనములు గలవు.

సిధియనులే రాజపుత్రులు

క్రీ.శ. 5, 6 శతాబ్దములలోవచ్చిన 'సిధియనులను' ప్రాచీన పండితులు రాజపుత్రులుగా జేసినట్లు 'టాడ్' వ్రాతలు దెల్పు చున్నవి. వీరిలో నుండియే 'శిశోధియనులు, ప్రతిహారులు, చౌహా ణులు, సాలంకులు (చాళుక్యులు) అను ముఖ్య జాతులు గల్గినవని 'స్మిత్' వ్రాసెను. 'క్రుక్' యిట్లు వ్రాసెను. "రాజపుత్రులు, శక,

కుషాను, హూణసంతతుల లోనివారు." వీరిని రామాయణ, మహాభారత వీరుల వంశవృక్షములలో జేర్చిరి. 'ఆబూపర్వతము' నుండి అగ్నిలోనుండి వచ్చిన యవతార పురుషులైరి. చాళుక్యులు, శిశోదియనులు రామసంతతినుండి వచ్చినవారైరి. యాదవులు, రాష్ట్రకూటులు, కృష్ణ సంతతిలోనుండి వచ్చినవారైరి. ఇట్లే పరశురాముడు, క్షత్రియవధ చేయగా దేవతలు దుఃఖించి ఆబూపర్వతమున కేగి, అగ్ని ప్రజ్వరిలచేయగా నందుండి రాజపుత్రులు బయలు దేరిరను కథలు గలవు.[126]

ఇట్లనే మహారాష్ట్రవీరుడు, కొండఎలుక యని పేర్గాంచిన 'శివాజి' 'ఉదయపూరు' రాజులలోనుండి వచ్చిన రాజపుత్రుడుగా తయారాయెను. పట్టాభిషేక సమయమున శివాజి మహోత్సవమును జరిపెను. ఈ సమయమున శివాజికైనఖర్చు ఏడుకోట్లుగా గాన్పించుచున్నది. 'గాగభట్టు' అను కాశీపురోహితునికి ఈ సమయములో 'శివాజి' లక్ష రూపాయల నొసంగెను. ఇట్లనే 'జనమేజయుడు', పాండవులను చంద్రవంశ రాజులుగా జేసినందులకు, అనాగరికులగు సిధియనుల భరత వంశములో జేర్చినందులకు, భారత కథ పాడినందులకు, సర్పయాగ సమయములో నెన్నియో వేలు స్వర్ణనాణెముల ఖర్చుచేసి యుండవచ్చును. అనేక రాజవంశములు, ఋషుల

---

126. See also J. Kennedy—Mediaeval History of N. India
Also Imperial Gazetteer Vol II P 309
R. C. Dutt—Later Hindu civilization 38, 40
C. Sreenivasachary—History of India P 166, 167

వంశములు భారతములో సరిగా ఉన్నను, అనేకములు కాల్పనిక ములుగా నున్నవి. నీతిబోధకార కనేక ఉపాఖ్యానములు చేర్చ బడినవి; కాని సత్యమగు చరిత్ర చాలవరకు మరుగున బడిపోయిన దని చెప్పక తప్పదు.

IV

భగవద్గీత — దీని యోగ్యత — కాలనిర్ణయము

కృష్ణుడు — కాలనిర్ణయము.

భగవద్గీత హిందూమతమునకు ప్రామాణికగ్రంథము. దీనికే 'యోగశాస్త్రమని' పేరుకూడ కలదు. (Manual of Yoga) దీనికి మతకర్తలు పలువిధములగు భాష్యముల ఎవరి కిచ్చ వచ్చి నట్లు వారు తయారుచేసిరి. శంకరాచార్యులు భగవద్గీత నివృత్తిని బోధించునని, జ్ఞానమునకే ప్రాధాన్యత యొసంగబడెనని, కర్మ మార్గము ముఖ్యముకాదని గీతాకారుని యభిప్రాయమని, దీని కనుగుణ్యముగా భాష్యము తయారుచేసెను. 'గీతారహస్యమును' రచించిన తిలక్ మహాశయుడు శంకరుని వ్యాఖ్యను ఖండించుచు. గీత కర్మ సన్యాసమును బోధించుటలేదని, కర్మయోగమును బోధించుచున్నదని నిరూపించుచు, తాను తలంచిన యర్థము నుల్లేఖించెను. గాంధి మహాత్ముడు, ఆనందస్వామి మున్నగువారు ప్రేరేపింపగా, తాను గీత కెట్లర్థము చేసికొన్నది 'అనాసక్తి యోగము' అను గ్రంథమున వ్రాసెను. ఒక పర్యాయము ఒక

అమెరికను క్రైస్తవ మతాచార్యుడు వచ్చి, మీకు గాఢముగా నేయే గ్రంథ భావములు నాటినవని యడిగినప్పుడు, 'గీత, క్రొత్త నిబంధన, టాల్‌స్టాయి, రస్కినుల వ్రాతలు' నా మనసును మార్చి వైచినవని 'గాంధిమహాత్ముడు' చెప్పియుండెను. ప్రత్యేకముగా 'భగవద్గీత' ను గూర్చి మహాత్ము డిట్లు నుడివెను. "నా జన్మకు కారకురాలైన నా భౌతికజనని ఏనాడో రాలిపోయినది; కాని ఈనిత్యమైన మాతృదేవి అప్పటినుండి ఆమె స్థానము నాక్రమించి నది; ఆమె ఎన్నడు మారికాని, నన్నెన్నడూ వీడికాని యుండ లేదు. నేను చింతలవంతలలోగాని, కష్టములోగాని యున్నపుడు, నేను గీత యను మాతృదేవియొక్క వక్షస్థలముపైన శయనించె దను." ఇట్లు మతదృష్టితో బలువురు పలువిధముల నభిప్రాయము లొసంగిరి. ఎవరికి తోచినట్లు వారు భాష్యముల తయారుచేసిరి. ఇతరులు భాషాంతరీకరణము చేసికొనిరి. 'వారన్ హేస్టింగ్సు' దీని నింగ్లీషులోనికి మార్పించి, అతి శ్రేష్ఠమైన గ్రంథరత్నమని ప్రశం సించెను. అమెరికావాసి 'థిరో' దీనిని పలువిధముల కొని యాడెను. పాణిని అష్టాధ్యాయి, గీత, కౌటిలీయార్థశాస్త్రము అమర రత్నములని విద్వాంసులు వ్రాసిరి. 'గీతవంటి ఉపదేశము, గురుగోవిందసింహునినోటి నుండి తప్ప ఏ విరాగి నోటినుండి రాలేదు.' అని జయచంద్రవిద్యాలంకారు వ్రాసెను. దీని ననువదించిన 'ఎడ్విన్ ఆర్నాల్డు' భగవద్గీతను, దివ్యగీత (Song celestial) యని, హేనుబోల్ట్ (Henuboldt) అత్యంత సుందరమైన, మనకు తెలిసిన భాషలన్నింటిలో సత్యమైన తత్త్వశాస్త్ర సంబంధ

మగు గీతిక యిది ఒక్కటియేనని ('The most beautiful, perhaps the only true philosophic song, in any known tongue'') చెప్పెను. దీని యోగ్యతను శైలిని గూర్చి మాకేమి సందేహములేదు.[126A] కాని చారిత్రక దృష్టితో జూచి గీతయొక్క స్థానమును నిర్ధారణ చేయుట అవసరమై యున్నది. గీతారచన కాలమెద్ది? గీత శ్రీకృష్ణ ప్రోక్తమా? లేక సౌతి ప్రోక్తమా? ఈ విషయములను చరిత్ర నిష్పక్షపాత బుద్ధితో దేల్చవైచును. దీనిని సమగ్రముగా బరిశీలించెదము.

గీతయొక్క కాలనిర్ణయము

గీత మహాభారతము భీష్మ పర్వములో నున్నది. కురు పాంచాల యుద్ధమును వర్ణించు 'జయ' మన కీనాడు లభించక పోయినను, ఆదిపర్వములోని అనుక్రమణికను బట్టి అందు గీత లేదని తేటతెల్ల మగుచున్నది. 'మహాభారతము' లో గీత ఎపుడు చేరినదా యను విషయము ఆలోచించవలయును.

మహాభారతమును రచించిన కవియే గీతను కూడ రచించి యుండునని, భాష, శైలినిబట్టి 'తిలక్' మున్నగు విద్వాంసులు వ్రాసిరేకాని, యిది సరికాదు. మహాభారత రచనాకాలము క్రీ. పూ. 10 వ శతాబ్దమునుండి క్రీ. శ. 4 వ శతాబ్దము వరకు నని లోగడ

---

126. A. Macdonall — "The beauty and the power of the language in this treatise are unsurpassed in any other work of Indian literature." (Imp. Gaze. II—258)

వ్రాసియున్నాను. 'లానేను పండితుడు' క్రీ. పూ. 400 ప్రాంతము ననే 'శౌనకుడు' నైమిశారణ్యమున యజ్ఞము చేసెనని యభిప్రాయ మొసంగెను. ఇది కేవలము తప్పు. భారత యుద్ధానంతరము 100 ఏండ్లకు తర్వాత 'జనమేజయుడు' అశ్వమేధయాగముచేసి, వైశంపాయనునిచే భారతము వినిపించుకొనెను. దీనికి తర్వాత 50 ఏండ్లకు, 'ఉగ్రశ్రవససౌతి' మహాభారతమును శౌనకాది మహా మునులకు నైమిశారణ్యములో వినిపించెను. ఇది క్రీ. పూ. 8 వ శతాబ్ద ప్రాంతమే యగుచున్నది. కాని 'లానేను' తలంచినట్లు, క్రీ. పూ. 4 వ శతాబ్ది కానేరదు. అప్పటికి సౌతి జీవించి యుండ లేదు. భగవద్గీతకు ఉపోద్ఘాతము వ్రాయుచు, 'తెలంగ్' అను విద్వాంసుడు 'గీత క్రీ. పూ. 4 వ శతాబ్దిలోని రచన' యనెను. ('The Gita must have been composed at the latest some where about the 4th century B. C.') 'డా. మాక్నికల్,' తన గ్రంథములో నిది బౌద్ధమతానంతర కాల రచన యని, కనీసము కొంతభాగము క్రైస్తుకు పూర్వపుదని, శాంతి,అనుశాసనపర్వములు,భగవద్గీత ప్రక్షిప్తములని యభిప్రాయ మొసంగెను. (Dr. Macnicol—Indian Theism P 76—"The Gita is post Buddhistic and at least a considerable part of it is prechristian.") డాక్టరు 'లారిన్సరు' గీత యంతట క్రైస్తవ తత్వబోధ కలదని, గీతలోని భావములు క్రొత్త నిబంధన నుండి కైకొన బడియెనని, వీని ప్రతులు క్రీ. శ. 3 వ శతాబ్దములో భారత వర్షమునకు వచ్చెనని,

క్రీస్తు కృష్ణునిపేర్లు సమానములని ఏమేమో వ్రాసెను. 'వీబరు' పండితుడు క్రైస్తవ శకారంభమున బ్రాహ్మణులు సముద్రముదాటి ఆసియామైనరుకు బోయియుండిరని, తిరిగి వచ్చునపుడు క్రీస్తు కథలను గైకొని కృష్ణుని కంటగట్టి, క్రొత్తనిబంధనలోని విషయములజూచి భగవద్గీతగా నల్లియుందురని, అభిప్రాయ మొసంగెను. క్రీ. పూ. 8వ శతాబ్దములోని 'ఉగ్రశ్రవససౌతి' క్రీ. శ. 1వ శతాబ్దిలోని క్రొత్త నిబంధన నెట్లు చూచియుండును? అనేకమంది పాశ్చాత్య లేఖకులు ఈ విషయములో పొరపాటుపడిరని చెప్పక తప్పదు. హర్షుని ఆస్థానకవి 'బాణుడు' తన హర్షచరిత్రములో 'గీతను' బేర్కొనెను; కాన హర్షునికాలము (క్రీ.శ. 606—647)లో 'గీత' కలదని స్పష్టపడు చున్నది. మహాభారత యుద్ధ కాలము క్రీ. పూ. 950 ప్రాంతమని ఈవరకే వ్రాసియున్నాను. అప్పుడు కృష్ణుడు జీవించియున్న ఆధారములుగలవు; కాని కృష్ణుడు గీత చెప్పెనని ఎచటనులేదు. అదియునుగాక బ్రహ్మ విద్యోపదేశమును బొందిన 'శ్రీకృష్ణుడు' రణభూమిలో అర్జునునికి రథసారథ్యము చేసెనను విషయమే సందేహాస్పదముగా నున్నది. సాధనచతుష్టయ సంపత్తిలేనిచో, ప్రాచీనకాలమున ఋషులు బ్రహ్మ విద్యోపదేశము జేయుచుండెడివారు కాదని, ప్రాచీనములగు ఉపనిషత్తులు తెల్పు చున్నవి. సాధనచతుష్టయ సంపత్తి గల్గినచో యుద్ధభూమిలో బ్రవేశించడమే లేదు. అందుచే గీత, కృష్ణరచితము కాదు. గీతా రచయిత కృష్ణునిచేత రథసారథ్యము చేయించెను. రణవిముఖుడై

శోక సంవిగ్న మానసుడైయున్న అర్జునునికి, అహింసోపదేశ మును బొందిన కృష్ణుడు, బ్రహ్మవిద్యోపదేశమును బొందిన యా శాంతమూర్తి, అర్జునుని కిట్లు బోధించి, భయంకర సంగ్రా మమున బాల్గొనునట్లు చేసెను.

హతోవా ప్రాప్స్యసేస్వర్గం
జిత్వావా భోక్ష్యసేమహీమ్
తస్మాదుత్తిష్ఠ కౌంతేయ
యుద్ధాయ కృతనిశ్చయః ॥

తా॥ "ఓ అర్జునా! నీవు యుద్ధమున మరణించితివేని స్వర్గమును బొందెదవు. జయమును బొందినచో భూమి ననుభవించెదవు. అందుచేత యుద్ధముచేయ కృతనిశ్చయుడవై లెమ్ము."

ఇట్లు కృష్ణుడు, రథసారధియై, వేలకొలది ప్రాణములు తీయించెను. అహింసావ్రత పరాయణు డట్లు చేయించియుండజాలడు. యుద్ధ భూమిలోచెప్పెనను గీతోపదేశము కృష్ణునిదికాదు. ఒక రచయిత దీనిని వ్రాసి, కృష్ణుని కతుకు బెట్టుట సత్యము. 'హాప్కిన్సు' అను విద్వాంసుడుకూడ, ఇది ప్రక్షిప్తమనుటలో సందియము లేదని, దానిని ఋజువు చేయుటకూడ అనవసరమని వ్రాసెను. (''It is even unnecessary to prove it'') ఈ క్రింది ప్రమాణములు దీనిని బలపరచుచున్నవి.

భగవద్గీతకు మూలము మూడు ఉపనిషత్తులని విద్వాంసులు వ్రాసియుండిరి. అవి ఏవి యన 1. కఠ 2. ముండక 3. శ్వేతా

శ్వేతర ఉపనిషత్తులు. కఠోపనిషత్తులోని అనేక మంత్రములు, ఏ విధమైన మార్పులేకుండ గీతలో గాన్పించుచున్నవి. "నజాయతే మ్రియతే వా విపశ్చిత్, హన్తాచేన్మన్యతే హన్తుంహత శ్చేన్మన్యతేహతమ్, ఉభౌతౌనో విజానీతో" ఇత్యాది శ్లోకము లనేకములు గలవు. గీతలోని అశ్వత్థ వర్ణనముకూడ 'కఠోపనిషత్తు' లోనిదే. ఇట్లనే 'ముండకోపనిషత్తు' లోని విశ్వరూప వర్ణనమును సంగ్రహించి, రచయిత గీతలో జేర్చెను. శ్వేతాశ్వేతరోపనిషత్తులోని సాంఖ్యము, గీతలోగూడ కలదు. ఇందు సాంఖ్య యోగ, వేదాంత సిద్ధాంతములు కలసియున్నవి. ఇవి గాక, జ్ఞాన కర్మ సముచ్చయ వాదమునకు బీజారోపణము చేసిన 'ఈశోపనిషత్తు' కూడ గీతయొక్క నిష్కామధర్మమునకు మూలమని విద్వాంసుల యభిప్రాయమై యున్నది. గీతకు మూలములైన పై ఉపనిషత్తులు కాలనిర్ణయము ప్రకారము చూచిన అత్యంత ప్రాచీనములు కావు, 'డాసన్' పండితుడు గద్యములో వ్రాయబడిన ఉపనిషత్తు లతి ప్రాచీనములని వ్రాసియుండెను. ఈ మతమును ఖండించుచు 'రామచంద్ర దత్తాత్రేయ రెనడే' ఉపనిషత్తుల కాల నిర్ణయము నిట్లు చేసియుండెను. "బృహదారణ్యక, ఛాందోగ్యోపనిషత్తులు, అత్యంత ప్రాచీనములు; పిమ్మట ఈశ, కేనోపనిషత్తులు, తర్వాత ఐతరేయ, తైత్తిరీయ కౌషీతకీ ఉపనిషత్తులు, తర్వాత కఠ, ముండక, శ్వేతాశ్వేతర ఉపనిషత్తులు పిమ్మట ప్రశ్న, మైత్రి, మాండూక్యములు వచ్చును." 'మెక్డనాల్' కూడ దీనిని చాలభాగ మంగీకరించెను.

బ్రాహ్మణముల రచనాకాలము క్రీ.పూ. 800—క్రీ.పూ. 500 వరకగుటచేత, బ్రాహ్మణాంతర్గతములగు ఉపనిషత్తులుకూడ నించు మించుగా నీ కాలములోనివే. అనేకములగు ఉపనిషత్తులు, బౌద్ధ మతోదయమునకు తర్వాతనే కూర్చబడినవి. 'అల్లోపనిషత్తు' అక్బరు చక్రవర్తి కాలమునాటిది. లింగోపనిషత్తు చాల ఆధునిక మైనదే. ఇట్లీ ఉపనిషత్తులన్ని ఒకే కాలమున, ఒకే రచయితచేత వ్రాయబడినవి కావు. 'కఠోపనిషత్తు' లోని 'యమ, నచికేతసుని సంవాదము కల్పనయని, ఈ 'నచికేతసుని కథ' మహాభారతము అనుశాసనిక పర్వములో నొకెంత మార్పుగానున్నదని, బుద్ధుడు అశ్వత్థ వృక్షముక్రింద కూర్చుండి జ్ఞానము కల్గువరకు, అనగా ఏడు దినములు గూర్చున్న యపుడు, గౌతముని కనేకదృశ్యములు కాన్పించినవని, మారునితో సంవాదము జరిగెనని, బౌద్ధులచే వ్రాయబడిన కథ నాధారము చేసికొని, 'నచికేతసుని' కథగా ప్రాచీన పండితు లల్లియుందురని విద్వాంసుల ఊహ. 'ముండ కోపనిషత్తు' 'గోపథబ్రాహ్మణాంతర్గతము కాదు. ఇందు వేద, వేదాంగముల పేర్లు (1-1-5) కాన్పించు చున్నది. ఇది క్రీ. పూ. 5 వ శతాబ్దికి బూర్వము కాజాలదు. శ్వేతా శ్వేతరోపనిషత్తులో గపిలుని సాంఖ్యబోధ యుండుటచేత, నిది క్రీ. పూ. 8 వ శతా బ్దికి బరమే యగుచున్నది. ఈ ఉపనిషత్తు,ముఖ్యములగు దశోపని షత్తుల లోనిదికాదు. వీని నాధారము చేసికొని వ్రాయబడిన గీత, శ్రీకృష్ణ రచిత మెట్లగును? అదియును గాక, ప్రాచీన తమము

లగు ఉపనిషత్తులలో, దార్శనిక చింతన మధికముగా గలదు. తరువాత వచ్చిన ఉపనిషత్తులలో ధర్మ, భక్తి భావము లధికముగా గాన్పించు చున్నవి. ఉపనిషత్తులలో నిర్గుణ బ్రహ్మమునకు ప్రాధాన్యత యొసంగబడి యుండగా, గీతలో నిర్గుణ బ్రహ్మము నంగీకరించినను, సగుణ బ్రహ్మమునకు ప్రాధాన్యత యివ్వబడి నది. ఇట్లు భగవద్గీత కర్త, భక్తి, జ్ఞాన, కర్మ, యోగ మార్గము లన్నియు దొక్కినాడు. శ్రీకృష్ణుడే చెప్పియున్నచో, 'ఘోరాంగి రసుని' యొద్ద తాను నేర్చినబ్రహ్మవిద్యతోను అహింసోపదేశముల తోను నింపియుండెడివాడు. అట్లు లేనందున కృష్ణ రచితము కాద నుట స్పష్టము. కృష్ణ మరణానంతరము, వైదికమత విజృంభణ కాలములోననగా, గుప్తరాజుల కాలములోనో లేక బాణుని కాల ములోనో గీతా రచన జరిగి యుండవలయును. సగుణ బ్రహ్మము నకు ప్రాధాన్యత యుండుటచేతనే కాబోలు పలువురు పాశ్చాత్య విద్వాంసులు, గీత ఒక వైష్ణవ బ్రాహ్మణ పండితునిచేత రచింప బడియుండ వచ్చునని వ్రాసిరి. ఇది సత్యమే కావచ్చును. జయ చంద్ర విద్యాలంకారు, ఇది తక్షశిల ప్రాంతమున వ్రాయబడెననెను; కాని ఆయన వాదన నాకు నచ్చలేదు.

ఇంకను గీత 13 వ అధ్యాయమగు 'క్షేత్ర క్షేత్రజ్ఞ విభాగ యోగము' లో 5 వ శ్లోకములో 'బ్రహ్మసూత్ర పదశ్చైవ' అను పాదము కలదు. బ్రహ్మ సూత్ర పదములచేత చెప్ప బడినదని ఉండుటచేత, బ్రహ్మ సూత్రములకు లేక వేదాంత సూత్రములకు

తర్వాతదే గీత యని స్పష్టపడు చున్నది. ఈ 'బ్రహ్మ సూత్రకర్త' 'బాదరాయణ వ్యాసుడు.' ఈయన 'సత్యవతి సూనుడైన వేద వ్యాసుడు' కాదనుట స్పష్టము. చారిత్రకముగా 'బాదరాయణ వ్యాసుని కాలనిర్ణయము చేసిన క్రీ. పూ. 400 ప్రాంతమై యుండ వచ్చును. ఏలనన, బ్రహ్మసూత్రములలో బౌద్ధ సిద్ధాంత ఖండ నము' గలదు. బుద్ధుడు క్రీ. పూ. 477 లో మరణించి యుండుట చేత బాదరాయణు డాయనకు తర్వాత వాడనుట నిర్వివాదము. క్రీ. పూ. 350 లోనివాడు, మహాపద్మనందుని రాజ్యకాలములోని వాడునగు 'పాణిని' బాదరాయణ వ్యాసుని పేర్కొనుట చేత, 'పాణిని'కి పూర్వుడగుట స్పష్టము. ఈ మధ్యస్థ కాలములో 'బాదరాయణ వ్యాసుడు' బ్రహ్మ సూత్రముల రచించి యుండెను. దీనిని బేర్కొన్న భగవద్గీత, క్రీ. పూ. 4 వ శతాబ్దికి బరమే యగు చున్నది. అందుచే క్రీ.పూ. 950 నాటి కృష్ణుడు చెప్పెననుట అర్జునుడు వినెననుట, వేద వ్యాసుడు వ్రాసెననుట చారిత్రక సత్య ములు కాజాలవు. గీత 'బాణుని' కాలములోనో, అంతకుపూర్వము గుప్తరాజుల కాలములో పురాణములు, స్మృతులు వ్రాయబడినపుడు గీత కూడ వ్రాయబడి, 'మహాభారతము' లో జేర్చబడి యుండ వచ్చును. ఇది కృష్ణ రచితము కాదు. వింటర్‌నిట్జ్ యిట్లు వ్రాసెను. "పాండవుల చర్యలను సమర్థించుటకు, మూలభారతములో లేని 'కృష్ణుడు', తరువాత చేర్చబడి యుండవలెను; కృష్ణుని విషయ ములో వ్రాయబడిన దానిని గూర్చి, సంతృప్తి కరమైన సమా ధానమేమి కాన్పించదని మనము ఒప్పుకోవలెను." ("Winternitz-"It is possible that Krishna did not figure at all in the original epic and introduced only later, perhaps to justify the actions of Pandavas; much as has been written on the problem of Krishna, we must admit no satisfactory solution has been found") ఇది సత్యముగానే యున్నది. ఇక కృష్ణుని విషయము చారిత్రక దృష్టితో నాలోచించెదము. కృష్ణుడవతార పురుషుడని, గీతా కర్త ఆయనయేనని, అందరు నమ్మి గీతా హృదయముననేక విధముల బరిశీలించ సాగిరి; కాని కృష్ణుని కాలము, గీతా కర్తృత్వము, దీని కాలమును గూర్చి ఆలోచించిన వారు లేరు.

కృష్ణుడు - కాలనిర్ణయము

కృష్ణుని పేరు ప్రాచీనములగు గ్రంథములలో ననేక చోట్ల గాన్పించు చున్నది. ప్రామాణికమైన దశోపనిషత్తులలో నొకటి యగు 'ఛాందోగ్యోపనిషత్తు' లో దేవకీసుతుడైన కృష్ణుడు, ఘోరాంగీసరుని యొద్ద బ్రహ్మవిద్యోపదేశమును బొందెను అని కలదు. (III - XVII - 6) ఇది క్రీ. పూ. 8 వ శతాబ్దమునాటి గ్రంథము. 'కౌషీతకీ బ్రాహ్మణము' లో (30—6) 'దేవకీపుత్ర శ్రీకృష్ణ గురువు' 'ఘోరాంగిరసుడు' ఆదిత్యుల యజ్ఞములో నధ్వర్యము చేసెను,' అని కలదు. యాజ్ఞవల్క్యునికి 15 గురు శిష్యులు గలరు. వీరు కౌశికశాఖ, అంగిరసశాఖ మున్నగు అనేక శాఖలుగా జీలిపోయిరి. ఇట్లు కృష్ణుడిందును గలడు. 'తైత్తిరీయఆరణ్యకము'

(X-1-6) లో నారాయణ, విష్ణులతోబాటు, వాసుదేవుడు దేవుడుగా పేర్కొన బడినాడు. జైన గ్రంథములను బట్టి, ముఖ్యముగా ఉత్తరాధ్యయనసూత్రమును బట్టి నేమినాధుడు అను 22 వ తీర్థంకరుని యొద్ద, 'శ్రీకృష్ణుడు' అహింసోపదేశమును బొందెనని తెలియు చున్నది. ఈ 'నేమినాధుడు' ఘోరాంగిరసుడా యని సందియము బాధించు చున్నది. ఇంకను కృష్ణ, బలరాములు, 'నేమినాధ' అను పేర్గాంచిన 'అరిష్ట నేమినాధుని దాయాదులని, సమకాలికులని, సౌర్యపురములో వసుదేవుడుండెనని, ఆయనకు రోహిణి, దేవకి యను భార్య లుండిరని, రోహిణి కుమారుడు 'రామ' యని, దేవకి కుమారుడు 'కేశవ' యని 'సౌరీయ పురములో నున్న 'సముద్రవిజయ' రాజునకు 'శివ' యను భార్య కలదని, వీరి కుమారుడే 'అరిష్టనేమి' యని ఉత్తరాధ్యయన, సూత్రకృతంగాది జైన గ్రంథములను బట్టి తెలియుచున్నది. 'నేమినాధుడు' పరీక్షిత్తు సమకాలీనుడని జైన గ్రంథములుతెల్పును. ఇంకను వాసుదేవుని పేరు క్రీ. పూ. 4 వ శతాబ్దములోని 'నిర్దేశ' యను గ్రంథములోను, పాణిని వ్యాకరణములోను, పాతంజలి మహా భాష్యములోను, క్రీ. పూ. 2 వ శతాబ్దమునాటి 'గోసుండి' శాసనములోను బ్రహ్మ సూత్రములలోను (II-2-42) మహాభారత, పురాణములలోను హరి వంశములోను కాన్పించు చున్నది. ఈ యన్నిటిలోని కృష్ణుడొకడేయను రాయ్ చౌదరి అభిప్రాయమునంగీకరించెదను. మాక్సుముల్లరు, ఉపనిషత్తులలో కృష్ణుడు, ఇతిహాస కృష్ణుడు వేరు వేరనెను. ఘట జాతకములో గూడ కృష్ణుని

పేరు గలదు. శ్రీ కృష్ణుడు రధ సారధ్యము చేసెనని కాని, పాలు, పెరుగు, వెన్న, నేయి, దొంగిలించి నాడని కాని, పరస్త్రీలతో, రాసమండలమున గ్రీడించి నాడని కాని, కుబ్జా దాసితో వ్యభి చరించి నాడని కాని, పదహారు వేల గోపికాస్త్రీలను భార్యలుగా గల్గి యుండెనని కాని, బుద్ధునికి పూర్వమున గల వాజ్మయములో గాన్పించదు. బౌద్ధ కథలను జూచి హిందువులు కూడ కృష్ణునికి మహత్తు ఆరోపించుటకు అనేక కథలనల్లి యుండుట వాస్తవము. కృష్ణుడు క్రీ. పూ. 950 ప్రాంతమున గలడని, పర్గిటరు, మెక్డ నాల్, సిద్ధాంత మున్నగు విద్వాంసులు అంగీకరించిరి. జైన గ్రంథముల ప్రమాణములుకూడ దీనిని ధ్రువపరచుచున్నవి. నేమినాధుడు, పరీక్షిత్తుమున్నగు వారందరు అప్పటివారే. మహా భారత యుద్ధసమయములోనే 'పరీక్షిన్మహారాజు' జననము. అందు చేత కృష్ణు డప్పటివాడేయని రూఢిగా చెప్పవచ్చును. ఉపనిషత్తు లలో మనుష్యుడైన కృష్ణుడు, ఇతిహాసములో భగవంతుడైనాడు. (Keith — "The epic has a God, the upanishad a man.") మెగస్థనీసు, అర్రియనులుకూడ 'సౌరసేనాయి' అను జాతికి రెండు ముఖ్య నగరములుగలవని, అవి 'మెధోర, క్లైయి సోబ్రా' యని, వారు 'హెరకిల్సు'ను బూజింతురని వ్రాసిరి. ఈ 'హెరకిల్సు' వాసుదేవుడేకావచ్చునని విద్వాంసుల ఊహ. పై రెండు నగరములు, మథుర, కృష్ణపురములే. 'పాతంజలి' స్పష్టముగా 'వాసుదేవుడు' భగవంతుడని, కేవలము క్షత్రియ

127. Jacobi—S. B. E. VOL XLV—Uttaradhyayana Sutra XII.

వీరుడుకాదని వ్రాసెను, రామ, కేశవుల ఆలయముల ప్రశంసకూడ నిందు గలదు. ఇవి బలరామ, కృష్ణుల ఆలయములే యగు చున్నవి. కంసవధకూడ ఇందు పేర్కొనబడినది. 'వేస్నగర శిలాశాసనము'లో 'వాసుదేవుడు' దేవదేవుడుగా వర్ణింపబడినాడు. జైనులు బలరాముని, వారి ప్రాచీన గురువులలో నొకరుగా భావించెదరని, క్రీ. పూ. 9 వ శతాబ్దములోని 'అర్హతుడు అరిష్ట నేమి' యొక్క దగ్గర బంధువే వాసుదేవుడని, తెలియు చున్నది.[128]

ఈ యన్నిటిని బట్టి క్రీ. పూ. 10 వ శతాబ్దములో కృష్ణుడు గలడని తెలియు చున్నది. కృష్ణ రచితమని చెప్పబడు భీష్మ పర్వములోని భగవద్గీత, అశ్వమేధ పర్వములోని అనుగీత అను రెండును మహాభారతములో గాన్పించు చున్నవి. 'ఉద్ధవగీత' యనునది భాగవతములో గాన్పించు చున్నది. ఇది భక్తి మార్గ మును బోధించును. వీటి కర్తృత్వము కృష్ణుని కారోపించ బడినది. భగవద్గీత తర్వాత చాలకాలమునకు అను గీత చేర్చ బడినదని, 'తెలాంగ్' వ్రాసెను. ఇంకను పురాణములలో, హరి వంశములో ననేక చోట్ల కృష్ణలీలలు, మహిమ వర్ణించ బడినవి. పురాణము లొకనాడు రచింప బడినవి కావు. పర్గిటరు, 'మూల పురాణము క్రీ. పూ. 9 వ శతాబ్దినాటిదని, క్రీ. పూ. 8 వ శతా బ్దాంతము వరకు అనేక చారిత్రక భాగములందు చేర్చబడిన వని, కలియుగ రాజవృత్తాంతములన్ని భవిష్యద్రాజకథన

128. M. R. Sampat Kumaran M. A.—Sri Krishna. P. 65

మను పేరుతో క్రీ. శ. 4 వ శతాబ్దమునాటి వరకు గల వృత్తాంతములన్ని దరిమిలా వ్రాయబడినవని వ్రాసెను.[129] పురాణములలో ఆంధ్రరాజుల వృత్తాంతము కాన్పించుటచేత ఇవి క్రీ. శ. 3వ శతాబ్దమునాటి రచనలని విద్వాంసుల యభిప్రాయము. విష్ణు, మత్స్య, వాయుపురాణములు అనేక చారిత్రక విషయముల నొసంగుచున్నవని పాశ్చాత్య విద్వాంసులే ప్రశంసించిరి; కాని మహత్తుకొరకు అనేక కట్టుకథలు చేర్చబడినవి. కృష్ణుని భగవంతునిగా జేసి, కంసవధ, బృందావన గోపికలతో క్రీడలు, గోపీజన వల్లభుడుగా వర్ణించుట, రాధప్రేమ, వస్త్రాపహరణ గాథలు, బృందావనములో వీణవాయించుట, మున్నగు అనేకవిషయములు వర్ణించిరి. ఇందేవి సత్యములో చెప్పవీలులేకున్నది. క్రీ. పూ. 9వ శతాబ్దములోని మూలపురాణములో కృష్ణ చరిత్ర ఉండవచ్చును; కాని అది ఆ రూపములో నేడు గాన్పించదు. ఇంతకు 'కృష్ణుడు' చారిత్రక పురుషుడని, క్రీ. పూ. 950 లో నుండెనని, 'భగవద్గీత, అనుగీతలు' రచించినవాడు కాడని, భాగవతములోని 'ఉద్ధవగీత' కర్త అసలేకాడని, పండితులు మహత్తుకొరకు బుద్ధునికి పోటీగా హిందూమతములో, యదువంశజుడైన కృష్ణుని నిలబెట్టి, మహత్తు కొరకు అనేక కథలు కల్పించి, అవతారపురుషునిగా జేసి గీతా కర్తృత్వ మారోపించియుండిరని చెప్పవచ్చును. భారతములోని కృష్ణునియందు నరత్వము, భాగవత కృష్ణునియందు దేవత్వము కాన్పించును. ఛాందోగ్యోపనిషత్తులోని కృష్ణుడు తత్త్వవేత్తగ, గాన్పించుచున్నాడు.

---

129. Pargiter-Ancient Indian Historic Tradition.

పాశ్చాత్య లేఖకులు కొందరు క్రైస్తుకు పూర్వము ప్రపంచమే లేదనువారు కలరు. 'కృష్ణుడే క్రైస్తు' అని, వేరుగా కృష్ణుడు లేడని వాదించినవారు గలరు. అసలు 'క్రైస్తు' మిధ్యా పురుషుడని కృష్ణుని నుండియే ఈ పేరేర్పడినదని కొందరువ్రాసిరి. క్రీస్తుకు పూర్వము ఎన్నియో శతాబ్దములనాటి గ్రంథజాలములో కృష్ణుడు, బ్రహ్మవిద్యోపదేశము పొందినవాడుగా, చారిత్రక పురుషుడుగా వ్రాయబడియుండ, వీరిట్టి అభూతకల్పనల వ్రాయుట వింతగా నున్నది. ముఖ్యముగా 'హాకిన్సను,' 'వీబరు' వంటి విద్వాంసులుకూడ ఇట్టి పొరపాటుకు లోనగుట వింతగానున్నది. గీతా రచన క్రీ. పూ. 188—25 మధ్యకాలపు రచనయని జయచంద్రవిద్యాలంకారు, పూర్వనందయుగములో ననగా క్రీ. పూ. 5వ శతాబ్దిలోనని 'భాండార్కరు'వ్రాసిరి.ఏ విధముగానైన క్రీ.పూ. 10వ శతాబ్దమునాటి కృష్ణరచితము మాత్రము కాదని చెప్పవచ్చును.

V

వేదకాల నిర్ణయము

వేద కాలమును గూర్చి విద్వాంసులలో భిన్నాభిప్రాయములు నేటివరకు గలవు. ఇదమిద్ధమని తేల్చిన వారెవరును లేరు. ఆంతరిక బాహ్య ప్రమాణములచేత వేదకాల నిర్ణయము చేయవచ్చును. ఈ ఆధారములు విద్వాంసులు పండితులు రచించిన గ్రంథములందే లభించు చున్నవి. శాసనాధారములు కూడ కలవు. వీని నిచట పేర్కొను చున్నాను.

1. క్రీ. శ. 1907 వ సంవత్సరములో 'హూగోవింక్లర్' మున్నగు జర్మను విద్వాంసులు 'కప్పడోసియా' లోని 'బొఘాజ్ కాయ్' గ్రామములో గొన్ని శిలాశాసనముల గనిపెట్టిరి. ఇవి క్రీ. పూ. 1380 నాటివని విద్వాంసులు నిర్ణయించిరి. ఇందలి లిపి సంస్కృత లిపిని బోలియున్నది. 'హిట్టయిట్లకు, మితన్ని ఆర్యులకు జరిగిన సంధి విషయము లిందుగలవు. ఋగ్వేదములోని 'ఇంద్ర, మిత్ర, వరుణ, నసత్యుల పేర్లు కూడ నిందు కాన్పించుచున్నవి. పారసీకార్యులు, హిందూ ఆర్యులు చీలకముందే ఈ శాసనము లుదయించినవి. తరువాత హిందూ ఆర్యులు క్రమముగా సింధునది ప్రాంతములకు జేరి యుండిరి. ఋగ్వేద మిచటనే పాడిరి. ఇందలి మంత్రములు ఒకనాటివి కావని, 600 ఏండ్లు పట్టి ఉండవచ్చునని దత్తు, లక్ష్మణరావులు, 400 ఏండ్లు పట్టెనని 'మోక్షముల్లరు', 300 ఏండ్లు పట్టెనని 'మెక్డనాల్' వ్రాసిరి. 350 ఏండ్లు పట్టెనని నా యభిప్రాయము. దేశములోనికి దిగిన వెంటనే సూక్తరచనారంభము జరిగి యుండలేదు. కొన్ని దండయాత్రలు జరిగిన పిమ్మట, దస్యువంశ నాశనము, వారిని తరుముట, శాంతి ఏర్పడుట, మున్నగు పనులు ఆర్యులు వచ్చిన తర్వాత 50 ఏండ్లయిన జరిగి యుండవచ్చును. ఈ కారణమున క్రీ. పూ. 1350 లో నార్యులు భారతభూమికి వచ్చియున్న, 50 ఏండ్లు శాంతికి కాలము దీసికొన్న క్రీ. పూ. 1300 సంవత్సర ప్రాంతమున ఋగ్వేద రచనారంభము జరిగి యుండవలెను.

2. చారిత్రాత్మకమైన కురుపాంచాల యుద్ధము, క్రీ. పూ. 950 లో జరిగినట్లు, జైన, బౌద్ధ, హిందూగ్రంథముల ఆధారమున, కృష్ణ కాలనిర్ణయమునుబట్టి ఋజువు చేసియున్నాను. 'పర్గిటరు' తన ప్రాచీన భారతీయ ఐతిహాసిక అనుశ్రుతి' (Ancient Indian Historic Tradition) అను గ్రంథమున, పైకాలమునే యిచ్చియుండెను. ఈ యుద్ధమునకు పూర్వమే వేదముల సంహితలుగా విభజించుటజరిగెనని దత్తమున్నగు విద్వాంసులందరంగీకరించిరి. యుద్ధానంతరము మూడుఏండ్లకో, 18ఏండ్లకో వేదవ్యాసుడు 8800 శ్లోకములుగల జయ వ్రాసెనని, ఆదిపర్వము తెల్పుచున్నది. వేదముల సంహితలుగా గూర్చిన దీయనయేయని మహాభారతము, పురాణములు బల్కుచున్నవి. మహాభారతములోని కొన్ని సంఘటనలుకూడ, ఋగ్వేదములో గాన్పించుచున్నవి. ఋగ్వేదములోని 10 వ మండలములోని 142 వ సూక్తమునకు గర్తలైన 'మండపాల పుత్రులు' 'ద్రోణ, స్తంభమిత్ర, సారిసృక్క, జరితారి' అనువారు అర్జునుడు ఖాండవవనము దహనము చేసిన తర్వాత పారిపోయిరని, మహాభారతము తెల్పును. అందుచేత క్రీ. పూ. 950 కి ముందు వేదముల సంహితలుగా వ్యాసుడు కూర్చియుండవలెను. 'శంతనుడు, దేవాపి' రచించిన మంత్రములుకూడ ఋగ్వేదములోగలవు. ఋషినారాయణుడు, నారద మహర్షికి పురుషసూక్త ముపదేశించెనని, నైమిశారణ్యములో 'నారదుడు' పైసూక్తమును వేదవ్యాసుని కుపదేశించెనని, వ్యాస

డీ విషయమును భీష్మ. యుధిష్ఠిర, శ్రీకృష్ణుల కుపదేశించెనని, మహాభారతము, భాగవత పురాణములు తెల్పుచున్నవి. శ్రీకృష్ణుడు, వేదవ్యాసుడు మున్నగువారు సమకాలీనులుగానే కాన్పించు చున్నారు. అందుచేత సంహితల కూర్పు క్రీ. పూ. 10 వ శతాబ్దము లోనే జరిగియుండవలెను. వేదముల సంహితలుగా కూర్చిన వాడు వేదవ్యాసుడేయని అందరు అంగీకరించిన విషయమే. ఈ విషయము కాదన్న వారెవ్వరులేరు. 'జయ' కర్తృత్వ విషయములోనే సందేహముగలదు.

3. కృష్ణద్వైపాయన వ్యాసుడు, వేదముల సంహితలుగా గూర్చి, ఋగ్వేదమును పైలునికి, యజుర్వేదమును వైశంపాయ నునికి, సామమును జైమినికి, అథర్వ వేదమును సుమంతునికి, జెప్పెనని మహాభారతము, పురాణములు దెల్పును. వైశంపాయ నుడు యాజ్ఞ వల్క్యుని మేనమామ యని, గురువని, అతడు చెప్పిన వేదము నుమిసి, సూర్యునారాధించి, క్రొత్త వేదమును యాజ్ఞవల్క్యుడు నిర్మించెనని, మహాభారతము దెల్పుచున్నది. యాజ్ఞవల్క్య రచితమైన శతపథ బ్రాహ్మణము క్రీ. పూ. 800 నాటిదని హాగ్, మోక్షముల్లరు, మెక్డనాల్, కీత్, మున్నగు బహు విద్వాంసుల యభిప్రాయమై యున్నది; కాని క్రీ. పూ. 850 నాటిదని మా యభిప్రాయము. యాజ్ఞవల్క్యఋషి, జనకుడు మున్నగువారు క్రీ. పూ. 9 వ శతాబ్దిలో గాన్పించు చున్నారు. కాన యాజ్ఞవల్క్యుని మేనమామ, గురువునగు వైశంపాయ

నుడు, ఆయన గురువు వేదవ్యాసుడు క్రీ. పూ. 10 వ శతాబ్దిలో నుండుట నిశ్చయము. కాన వేదముల కూర్పు కురు పాంచాల యుద్ధమునకు పూర్వము, క్రీ. పూ. 10 వ శతాబ్దిలో జరిగి యుండ వలెను.

4. అయోధ్య రాజులలో కుశుని తర్వాత 16 వ వాడు 'హిరణ్యానాభ కౌశిల్యుడు', 'హస్తి' వంశములోని 9 వ రాజు. 'కృత' ఈయన వద్ద యోగము నేర్చెను. ఈ 'హిరణ్యానాభుడు' ప్రాచ్య సామగ్రుల 24 సంహితల ప్రవచనకారుడై యుండెను. వాయు, బ్రహ్మాండ పురాణాదులలో హిరణ్యానాభ ప్రశంస గలదు. ఈయన అనేక 'ఋక్కు'లకు సామము లేర్పరచెను; అనగా సామ వేదము ఈయన కాలమున ఆరంభమైనదని యర్థము. 'హిరణ్యా నాభుని' నుండి 12 వ తరము వాడు 'బృహద్బలుడు'; 13 వ వాడు శ్రుతాయువు. 'బృహద్బలుడు' కురు పాంచాల యుద్ధములో నభిమన్యునిచే జంపబడెను. శ్రుతాయువు కూడ రణరంగమున మడిసెను. ఈ యుద్ధము క్రీ. పూ. 950 లో జరుగుట చేత, 12 తరములకు 12 × 16 = 192 కాన, 950 + 192 = 1142 అగును. కాన హిరణ్యానాభుడు క్రీ. పూ. 1142 వ సంవత్సర ప్రాంతమున జీవించి యుండెను. అప్పటికి ఋగ్వేదసూక్తముల బాడుచుండిరి. సామ వేదారంభము జరుగుటచేత, క్రీ. పూ. 12 వ శతాబ్ద ప్రాంతమున వేద రచన జరుగు చుండెననుట స్పష్టము.

5. పారసీక వేదమగు 'అవెస్తా' లోని విషయములు, ఋగ్వేదములోని విషయములు దాదాపు సమానముగా ఉన్నవి. 'అవెస్తా' లోని భాషకూడ ఇంచుమించు వేద సంస్కృతమునకు సమానముగ ఉన్నది. అసుర, సప్తసింధు, సోమపదము లా భాషలో 'అహుర, హప్తహిందు, హోమ' అయినవి. పారసీ కార్యులు, హిందూఆర్యులు ఒకేచోట 'ఆర్యాన్‌వైజో' నుండి బయలుదేరి, 'ఈరాను' వరకు కలసియే వచ్చిరి; తర్వాత పోరాడి చీలిరని కొందరి అభిప్రాయము. వేదములలోని ప్రకృతి శక్తుల పేర్లు, మిత్ర, వరుణ, సోమ, ఇంద్ర పారసీక వేదములో నుండుటచేత, అనేక గాథలు, యజ్ఞయాగాది కర్మకాండ మిగుల ప్రాచీన ప్రయోగములు, ఆచారములు సమానముగా నుండుటచేత, పారసీకార్యులుకూడ హిందూఆర్యులవలె నగ్ని వెల్గించుటచేత, రెండు వేదములకు సంబంధముగలదని మన మొప్పుకొనక తప్పదు. 'అవెష్తా' లోని పురాతన భాగములు, పారసీకరాజులు 'అకమీనియనులు' రాజ్యమేలుచుండ, జరతుష్టుడను ఋషిచే వ్రాయబడినవి. 'జరతుష్టుడు' క్రీ. పూ. 7 వ శతాబ్దిలోని'వాడుగా గాన్పించుచున్నాడు. (క్రీ. పూ. 660–583) 'దేరియసు' తండ్రి యైన 'హిష్టాష్పను'కూడ అవెష్తాలో నాశీర్వదించి యున్నాడు. భాషనుబట్టి మార్పు గమనించినచో, రెంటికి మధ్య తేడా 400 ఏండ్లకంటె అధికముండదని, విద్వాంసుల యభిప్రాయము. ఈ కారణమున ఋగ్వేదముయొక్క ఆఖరు సూక్తముల రచన

క్రీ. పూ. 10 వ శతాబ్దముకంటె పైకి పోజాలదు. వేదవ్యాసునికి, జరతుష్టునికి 'ఈరాను'లో వాగ్వివాదము జరిగెనని చెప్పు మాటలు చారిత్రక సత్యములు కాజాలవు. అవి ఊహా మాత్రము లగుచున్నవి.

6. పౌరవ వంశములో 'ప్రతీపుని' కుమారుడు 'అర్ష్టిసేనుడు' (ఋ 10—98) గలడు. కొందరు ప్రతీపునికే మువ్వురు సూనులని వ్రాసిరి. వీరు దేవాపి, శంతను, వాహ్లీక, అనువారు. 'దేవాపి' కి చర్మవ్యాధి యుండుటచేత ప్రజలతనిని రాజుగానుండుట కంగీకరించలేదు. అందుచే 'శంతనుడు' రాజాయెను. అపుడు 'అనావృష్టి, క్షామము గల్గుటచేత, దేవాపి, శంతనునికి 'ఋత్విక్కు' గా నుండి, వర్షము కొరకు ప్రార్థించసాగెను. ఆ సమయముననే 'దేవాపి' ఋగ్వేదములోని X—98 వ సూక్తము రచించెను. ఈ విషయములు 'యాస్కముని' నిరుక్తము వలన పురాణాదుల వలన నెరుంగ వచ్చును. పై శంతనునికి 'గంగాదేవి' వలన భీష్ముడు గలిగెను. 'దేవాపి' సూక్తము ఋగ్వేదములో గూర్చబడి యుండుటచేత, ఋగ్వేదముయొక్క కూర్పు శంతనుని తర్వాతనేనని నిస్సందియముగా బల్కవచ్చును. మహాభారత యుద్ధము క్రీ. పూ. 950 లో జరుగుటచేత, శంతనుడు, దేవాపి క్రీ. పూ. 1030 ప్రాంతమున నుండుట నిక్కవము. వాశిష్ట పరాశరునికి కన్యగా ఉన్నపుడు సత్యవతికి గల్గిన పుత్రుడు 'కృష్ణ ద్వైపాయనుడే' వ్యాసుడై వేదముల గూర్చియుండెను. ఈ 'సత్య

వతినే తిరిగి 'శంతనుడు' వివాహమాడి యుండెను. ఈ కారణ ముల వలన క్రీ. పూ. 9౭5 వ సంవత్సర ప్రాంతమున, కురు పాంచాల యుద్ధమునకు పూర్వము ఋగ్వేదము వేదవ్యాసునిచే గూర్చబడి యుండును.

౭. 'రేభ' యను ఋషి ఋగ్వేదము 8 వ మండలము 97 వ సూక్తమునకు గర్త. 'ఆవత్సారుడు' 5 మం. 44 సూక్త మునకు, 9 మం. 53 — 60 సూక్తములకు కర్త; ఈయన కుమా రుడు 'నిధ్రువుడు' 9 మం. 68 కి కర్త. ఈయన ఉత్తరపాంచాల రాజు 'చ్యవనుని' కుమార్తెను, సుదాసుని సోదరిని వివాహ మాడెను. అతని సోదరి 'ఏకపర్ణను' అసితుడు పెండ్లాడెను. వీరికి 'దేవలుడు' కల్గెను. 'అసితుడు' మొదట మత్స్యరాజుకుమార్తె యగుసత్యవతిని పెండ్లాడదలంచెను; కాని శంతను డామెను వివాహ మాడెను. పై వారందరు సమకాలీనులుగా గాన్పించుచున్నారు. 'దేవలుడు, ధౌమ్యుడు' నను వారిరువురు పాండవులకు పురోహి తులుగా నుండిరి. వీరందరు 'కశ్యప కుటుంబమునకు జెందిన ఋషులై యున్నారు. 'అవత్సరుని యొక్క, సుదాసుని సోదరిని పెండ్లాడినఅవత్సరుని కుమారుడగు 'నిధ్రువుని' యొక్క సూక్తములు ఋగ్వేదములో నుండుటచేతను, సుదాసుని యుద్ధము వర్ణించబడుట చేత వీరికి తర్వాతనే దశమండలాత్మక ఋగ్వేదము కూర్చబడి యుండునుగదా! అసితుడు, శంతనుడు, సత్యవతిని బెండ్లాడ దలంచుటచూడగా నుభయులు సమకాలీనులని వేరుగా చెప్ప

నక్కరలేదు. కురుపాంచాల యుద్ధకాలమునుబట్టి, క్రీ. పూ. 10 వ శతాబ్దములోనే ఋగ్వేదముయొక్క కూర్పు జరిగియుండవలయును.

8. సుదాసునియుద్ధములో బాల్గొన్న 'వశిష్ఠవిశ్వామిత్రులు' 'ఋగ్వేదము'లో రెండు మండలములకు గర్తలైయున్నారు. విశ్వామిత్రుని ప్రోత్సాహమువలన, సుదాసుడు వశిష్ఠుని కుమారుడగు 'శక్తి'ని వధించెను. శక్తిభార్య 'అదృశ్యాంతి' వలన 'పరాశరుడు' గల్గెను. వశిష్ఠ, విశ్వామిత్రుల సూక్తములను వేదవ్యాసుడు ఋగ్వేదములో గూర్చుటచేత, క్రీ. పూ. 13 వ శతాబ్దమునకు బూర్వములు కావు.

9. ఋగ్వేదములో వశిష్ఠుని కుమారుడు శక్తి, (శతాయతుడు) ఆయన కుమారుడు 'పరాశరుడు' పేర్కొనబడియున్నారు. 'పౌరవరాజు' సంవరణుడు' బహువర్షముల కాలము సింధునది ఒడ్డున దాగియుండెను. కాని తర్వాత శక్తి వశిష్ఠుని సహాయమున పౌరవరాజ్యమును ఆక్రమించి, 'తపతిని' భార్యగా స్వీకరించెను. 'సంవరణుని' మనుమడు కురువు'. ఈయన వంశీకులే 'కౌరవులని' పిలువబడుచుండిరి. ఈ వంశములో 22 వ తరమువారు కురువంశీయులు దుర్యోధనాదులు. తరమునకు చరిత్ర రీత్యా 16 ఏండ్లు లెక్కింతురు. అట్లయిన 22 × 16 = 352 అగును. కురుపాంచాల యుద్ధకాలమున కిది కలిపిన 950 + 352 = క్రీ. పూ. 1302 అగును. పై వంశవృక్షములోని 22 తరములు నిజమైనచో, నా కాలమున 'వశిష్ఠుడు, శక్తి, విశ్వామిత్రుడు, సుదాసుడు'

మున్నగు వారుండవలెను. వీరి సూక్తము లుండుటచేత 'ఋగ్వేదము' క్రీ. పూ. 1300 సంవత్సర ప్రాంతముననే యారంభించబడియుండవలెనని తేలుచున్నది.

10. 'అశితకశ్యపు డను ఋషి' సత్యవతిని వివాహమాడదలంచెను. కాని శంతను డామెను వివాహ మాడెను. అందుచేత 'అసితుడు' ఏకపర్ణను వివాహమాడెను. ఈమె వలన 'దేవల, ధౌమ్య' అను కుమారులు గల్గిరి. పాండవులకీ 'ధౌమ్యుడే' పురోహితుడుగా నుండెను. అసిత, దేవలులను తండ్రి కుమారులు, ఋగ్వేదములోని IX—5—24కు కర్తలు. కాన పాండవుల కాలములోనే వేద వ్యాసుడు వేదముల సంహితలుగా గూర్చెను. అందుచేత క్రీ. పూ. 10 వ శతాబ్దములోనే ఈ కార్యము జరిగెనని చెప్పవచ్చును. పౌరవుల కాలమునుండి, దేవాపి, అసిత, దేవలుల కాలము వరకు ఋగ్వేద సూక్తరచన సాగుచునే యుండెనని చెప్పవచ్చును. ఈ సూక్తములన్ని ఒకనాటివి కావు. వేరు వేరు కాలములలో వేరు వేరు ఋషులచేత నివి రచింపబడి యుండుట నిక్కువము. క్రీ. పూ. 950 కిముందే సంహితల కూర్పు పూర్తియై యుండవలెను.

ఇంకను రామాయణములో ననేక సార్లు పేర్కొన బడిన 'నహుష' కుమారుడు 'యయాతి', ఋగ్వేదములో రెండుసార్లు పేర్కొన బడినాడు. (I—31—17, X—63—1) 'సీగ్' (Sieg) అనువాడు ఋగ్వేదములోని పేర్లు నిరుక్తములోని పేర్లు ఒకటియే

నని, ఉల్లేఖించెను. శంతనుని చెడుపని వలన ద్వాదశ వర్షముల కాలము అనావృష్టిగా నుండెనని, దేవాపి అరిష్టసేనుని యజ్ఞము వలన, వృష్టి గల్గెనని తెలియు చున్నది. (X—98) కాన వేద కాలము, ఇతిహాస కాలమునకు చాల దూరము కాదని చెప్ప వచ్చును.

11. అథర్వవేదము 20 వ కాండములో 'కుంతాపసూక్తములు' గలవు. దీనిలో పరీక్షిత్తు పేరుగలదు. 'పరీక్షిత్తు ఆసన మెక్కి మాకుక్షేమము కలుగచేసెను.' అని కురుదేశములోని పురుషుడు తన భార్యతోజెప్పినట్లుగలదు. ఇతని రాజ్యకాలమునందు పెరుగు, చల్ల, మధువు సమృద్ధిగా లభించునని. యవలుపెరిగి పైకి పోవుచుండెనని, రాజ్యములో జనులు శుభములు బడయుదురని, ఈ సూక్తములలో నున్నది. శతపథబ్రాహ్మణములో (XI—5—13) పరీక్షిత్తు రాజభవనమును బేర్కొనిరి. ఐతరేయబ్రాహ్మణములో పరీక్షిత్తు ఖ్యాతిశ్లాఘించబడి యున్నది. బృహదారణ్యకములో పరీక్షిత్తు పేరులేదు.

'పరీక్షిత్తు' కురుపాంచాల యుద్ధము జరిగిన సంవత్సరమున జన్మించెనని, 60 ఏండ్లు జీవించెనని పురాణములు తెల్పుచున్నవి. పరీక్షిత్తును బేర్కొన్న అథర్వవేదము, క్రీ. పూ. 950 కి తర్వాతదే యగుచున్నది. ఈ అథర్వవేదము మిగత వేదములకంటె తర్వాత పుట్టినదని, స్పష్టపడుచున్నది. 'వేదవ్యాసుడు' మొదట మూడు వేదములనే సంహితలుగా కూర్చెను. కాని అథర్వవేదము నాయన

కూర్చినట్లు కాన్పించదు. ఇది సంహితా రూపము దాల్చుటకు తరువాత 50 ఏండ్లు పట్టియుండవచ్చును. ఇంకను ఈవేదములో 'ఆలిగి, విలిగి. ఉరుగూల, తాబువం' అను ఛాల్డియను పదములు గలవు. తిలక్. ఛాల్డియను భాషనుండి అథర్వవేదములోనికి వచ్చె ననెను. ఇది సరికాదని, దైత్యగురువు 'శుక్రుడు' అచటనుండి వచ్చెనని, ఈయనకూడ సూక్తద్రష్టయని, అందుచే అథర్వవేద మున జేరినవని కొందరు వ్రాసిరి. ఛాల్డియనుల సంబంధము క్రీ. పూ. 9 వ శతాబ్దికి తర్వాతదే. క్రీ.పూ: 800 కు పరముగాదని 'సిద్ధాంత' వ్రాసెను. (Heroic Age of India P 37) ఇది సత్యమే.

12. 'బాల గంగాధర తిలక్' మున్నగు విద్వాంసులు వేద సూక్తములలోని జ్యోతిష శబ్దముల బట్టియే వేదకాల నిర్ణయ మును జేయుటకు బూనిరి.[130] ఖగోళమందు నియమాను సారము తిరుగు జ్యోతిర్మూర్తుల చలనముల నాధారముగా గైకొని మృగ శీర్ష యను గ్రంథమున వేదకాల నిర్ణయము చేసిరి. తైత్తిరీయ సంహిత కాలమునాటికి వసంత విషువత్తు కృత్తికలో నున్నదని, మృగశీర్షలో కూడ కలదని, అట్లున్న క్రీ. పూ. 4300 సంవత్స రము లగునని అభిప్రాయ మొసంగిరి. ఇట్లనే 'జాకోబి' అను శార్మణ్య దేశ విద్వాంసుడు, జొన్నపురవాసి, వైదిక శబ్ద మొక

130. Tilak—Orion. P 57.

దానికి గాల వాచకత్వమును జెప్పుచు వేద కాలారంభమున నొక ఋతు పరివర్తనము ప్రారంభ మాయెనని, అందుచే వేదకాలము క్రీ. పూ. 3500 ఏండ్లకు బోవునని వ్రాసియుండెను. వేదాంగ జ్యోతిషమును బట్టికూడ క్రీ. పూ. 2350 యగును. పై యిరువురి వాదనలు జ్యోతిష శబ్దముల యాధారమున వ్రాయబడినవని, ఈ శబ్దార్థము భ్రాంతి మూలకమని, యాదరణీయము కాదని, 50 ఏండ్లు గీర్వాణ భాషలో మునిగి తేలిన పండితుడు, మెక్డనాల్ తన వైదిక వాఙ్మయ చరిత్రలో నాక్షేపించెను. ఈయన 'ఆక్సుఫర్డు' విశ్వకళా పరిషత్తులో గీర్వాణాచార్య పీఠ మలంకరించెను. ఈయన శిష్యుడు ఏ. బి. కీత్; భారతీయ వాఙ్మయ ప్రపంచములో నీతనికచుంబితమగు శాఖయేలేదు. ఈయన ఎడింబరోవిశ్వకళాపరిషత్తులో గీర్వాణాచార్య పీఠమలంకరించెను. కేంబ్రిడ్జి హిందూ దేశ చరిత్రములో, 'కీత్' పండితుడు ఋగ్వేదములోని రెండు మంత్రములను బట్టి 'జాకోబి' వ్రాసిన విషయమును తీవ్రముగా విమర్శించెను. "నక్షత్రములు, వాని పేర్లనుబట్టియే చంద్రచారకు సంబంధించి యున్నవని తెలిసికొనవచ్చును; ఈ విషయమును తరువాత సంహితల బట్టికూడ ఎరుంగవచ్చును; సూర్యునికి నక్షత్రములకుగల సంబంధము ఋజువుకాలేదు; సంవత్సరము వసంత విషువత్తులో నారంభమైనదని మంత్రము లెచట చెప్పియుండలేదు; ఈ కారణములచేత 'జాకోబి' హేతువు లూహామాత్రములు;

నిల్వదగినవి కావు.[131] జ్యోతిష శబ్దములని భ్రాంతిపడ్డ వీబరు పండితుడుకూడ. కృత్తికా నక్షత్రమునుబట్టి క్రీ. పూ. 2780—1820 మధ్య వేదకాలమని యభిప్రాయమిచ్చెను. లక్ష్మణరావు కూడ అథర్వవేద కాలనిర్ణయమును జెప్పుచు అధర్వవేదములోని (19 కాం. 7 సూ.) మంత్రమునుబట్టి నక్షత్రములపేర్లు కృత్తికలో నారంభించినట్లు చెప్పుటచేత, అయన చలనమునుబట్టి ఆ సూక్తరచనా కాలము క్రీ. పూ. 4300—క్రీ. పూ. 3300 అని వ్రాసెను. 'కీత్' వాదన నాకు నచ్చినది. ఈ వాదనచేత, తిలక్, జాకోబి, లక్ష్మణ రావు వాదనలు నిల్వజాలవు. నక్షత్రముల పేర్లనుబట్టి, వేదకాల నిర్ణయముజేయ వీలుపడదు.

13. వేదవ్యాసుని శిష్యుడు 'వైశంపాయనుడు'; ఈయన శిష్యుడు, మేనల్లుడు 'వాజసనేయ యాజ్ఞవల్క్యుడు.' ఈయన సమ కాలీనుడు మిథిలరాజులలో 56వ వాడు, కృతిక్షమజనకుడు; ఈయన యాజ్ఞవల్క్యుని సహపాఠి; బహుదక్షిణ యాగమును జరిపిన దీ జనకుడే. ఈ యాగ సమయములోనే వాదనలు జరిగెను. యాజ్ఞ

131. Keith—C H I. Chap. IV – "It rests upon two wholly improbable assumptions, first that the hymns really assert that the year began at the summer solstice and second, that the sun was then brought into any connection at all with the Nakshatras, for which there is no evidence whatever; The Nakshatras are as their name indicates and as all the evidence of the later Sanhithas shows, lunar mansions pure and simple."

వల్క్యుడు అందరిని ఓడించి, బంగారు తగిలించిన కొమ్ములుగల ఆవులను తన ఆశ్రమమునకు దోలుకొని పోయెను.

వైశంపాయను డీయనకు 3 వేదములనేర్పెను. అందుయజుర్వేదము (తైత్తిరీయ సంహిత) కలదు. వైశంపాయనునితో విరోధమువచ్చి, ఆయన చెప్పిన వేదమును వదలివేసి, వేరుగా శుక్ల యజుర్వేదమునునిర్మించెను. ఈయనగురువులు 1. వైశంపాయనుడు 2. ఉద్దాలక ఆరుణి 3, ఆధ్యాత్మయోగ గురువు 'హిరణ్యా నాభ కౌశీల్యుడు.' ఈ 'యాజ్ఞవల్క్యుడు' ఉగ్రసేన జనకుని సభలో కూడ నుండెను. 'సత్యకామజాబాలి' జనకుని కుపదేశ మిచ్చినపుడు, ఈయన కూడ వినెను. ఈ 'ఉగ్రసేన జనకుని' యొద్దకే 'ఉద్దాలక ఆరుణి కుమారుడు శ్వేతకేతువు, అతని మేనల్లుడు 'అష్టావక్రుడు' వచ్చి వాదనలలో 'వంది' నోడించి నదిలో ముంచిరి. (మ. భా.I—122) యాజ్ఞవల్క్యుని శిష్యుడు 'ఆసురి'; ఇతని భార్య కపిల; ఇతని పెంపుడు కుమారుడు, శిష్యుడు 'పంచశిఖ' యను 'కాపిలేయుడు'. ఈ 'పంచశిఖుడే' 58 వ వాడగు 'జనదేవజనకునికి' సాంఖ్యము నేర్పెను. (XII—218, 15) పంచశిఖుని శిష్యురాలు 'సులభ' వద్ద ధర్మధ్వజజనకుడు 'సాంఖ్యము' నేర్చెను. (మ.భా. XII—321, 122) వ్యాససూనుడు శుకుడుకూడ నీయన వద్దకు వచ్చెను.

జనమేజయుని కుమారుడు 1వ శతానీకుడు, యాజ్ఞవల్క్య ఋషివద్ద 3 వేదముల నేర్చెను. శ్వేతకేతు కాలమున 'పాంచాల

రాజు ప్రవహణజైవాలి'; 'వేద' అనువాడు జనమేజయుని పురోహితుడు. ఈ ప్రకారము 'శుకయోగి, జనమేజయుడు, కృతక్షమ జనకుడు, ఉగ్రసేనజనకుడు, యాజ్ఞవల్క్యుడు, వైశంపాయనుడు' మున్నగువారు సమకాలీనులు. క్రీ. పూ. 9 వ శతాబ్ద ప్రాంతము లోనివారు. అంతకు పూర్వము 'వేదవ్యాసుడు' జీవించియుండుట చేత, సంహితల కూర్పు క్రీ.పూ. 10వ శతాబ్దములో జరిగియుండ వలయును. ఈ యాజ్ఞవల్క్యుడు 'శతపథబ్రాహ్మణమునుగూడ రచించెను. పురాణములు, ఐతరేయబ్రాహ్మణమునుబట్టి, 'జనమేజయుడు' అశ్వమేధయాగముచేసెనని తెలుచున్నది. ఈ యజ్ఞము 'శుక్లయజుర్వేదము' ననుసరించిచేసెను. 'మత్స్యపురాణము' నుబట్టి తైత్తిరీయ సంహితనుబట్టి, 'వైశంపాయనుడు' యజ్ఞము చేయు మన్నను వినలేదని తెలియుచున్నది. యుధిష్ఠరుని అశ్వమేధయాగము మహాభారతములో గాక ఇంక నెచట కాన్పించదు.

ఈ ప్రకారము వేదకాలమునకు మహాభారత కాలమునకు సంబంధము గలదు. విషయమిట్లుండగా, ఆంతరిక ప్రమాణము లిట్లుండగా, కొంతమంది ఏదో ప్రమాణమునుగైకొని దానినిబట్టి వేదకాల నిర్ణయమునకు గడంగిరి. ఈ ప్రమాణము లేమియు నాకు సంతృప్తి గొల్పలేదు.

'అనిల చంద్రదాసు' అను కలకత్తా పండితుడు, తన 'ఋగ్వేదకాల భారత వర్షము' అను గ్రంథములో, ఋగ్వేదము 7 వ మండలములోని యొక మంత్రమును గైకొని, సరస్వతీ

నదము సముద్రములోనికి బోవునట్లు గలదని, ఈ నాడట్లుగాక రాజ పుటానా ఎడారి భూమిలో నిది యస్తమించినదని, సరస్వతి యట్లు అదృశ్యమగుటకు గొన్ని వేల ఏండ్లు పట్టునని, ఈ కారణముచేత ఋగ్వేద కాలము క్రీ. పూ. 25000 సంవత్సరముల కాలమగునని యభిప్రాయ మొసంగెను. మాకీ కారణము తృప్తి గొల్పలేదు. 'అక్బరు రాజ్యకాలములో 'సింధునది' 'మొగలుబీను' వద్ద సము ద్రములో గలియు చుండెను. నేడో 50 మైళ్లు దక్షిణమునకు జేరు చున్నది. 'తామ్రపర్ణినది' కలియుచోటున, క్రైస్తవ శకారంభ కాలమున నొక రేవు స్థలము గలదు; కాని నేడది యస్తమించినది. క్రీ. పూ. 4 వ శతాబ్దమున, పాటలీపుత్ర నగరము 'గంగాశోణ నదుల సంగమము వద్ద నున్నది. నేడు 'పాట్నా' కు శోణనది 12 మైళ్లు పశ్చిమమున నున్నది. ఈ ప్రకార మనేక నదీ నదములు కాలము గడచిన కొలది' తొల్లింటి మార్గముల మార్చి, నూత్న మార్గముల బోపుచున్నవి. అందుచే ఏ. సి. దాసు' యొక్క హేతువు, వేలకొలది ఏండ్లు పట్టునను వాదన, మాకు నచ్చలేదు. ఇంత కాలము పట్టునని శాస్త్రీయముగా జెప్పుటకు హక్కులేదు. ప్రకృతికి కూడ తెలియదేమో !

'డి. యన్. ముఖోపాధ్యాయ' అను పండితుడు క్రీ. పూ. 16000 ఏండ్ల క్రితము ఋగ్వేద రచన యనెను; కాని యిది ఊహా మాత్రమే. 'వేంకటేశ్వర పండితుడు' ఆర్యుల మార్గము (Aryan path) లో వేద రచన క్రీ. పూ. 11 వేల క్రితమనెను.

'వి. ఆర్. కారండికర్' పురాణముల బట్టి ఋగ్వేదము ప్రళయ మునకు పూర్వము, క్రీ. పూ. 4200 ఏండ్ల క్రితము రచింప బడిన దనెను. 'భట్టోపాధ్యాయ' వేదరచన క్రీ. పూ. 3000 ఏండ్ల క్రిత మని యభిప్రాయ మొసంగెను. 'వింటర్‌నిట్జ్' తన హైందవ వాఙ్మయ చరిత్రము' లో క్రీ. పూ. 2500 ప్రాంతమున వేదరచన యనెను. 'రాధాకుముదముఖర్జీ' తన 'హిందూనాగరికత' యను గ్రంథమున ఋగ్వేదరచన' క్రీ.పూ. 2500 ప్రాంతమునజరిగియుండె ననియభిప్రాయ మొసంగెను. 'బుహ్లరు' పండితుడు క్రీ.పూ. 2000కు తక్కువకాదనెను. 'విట్నీ' క్రీ. పూ, 2000 అనెను. యల్. వాస్. 'ష్రోడర్' అను విద్వాంసుడు వేదరచన క్రీ. పూ. 2000 – 1500 మధ్య జరిగెననెను. 'రమేశచంద్రదత్తు' క్రీ. పూ. 2000 – 1400 అనెను. 'మేయర్' వేదమంత్రములు క్రీ. పూ. 1500 కు పూర్వమే కూర్చబడియె ననెను. 'హెచ్. గోవన్' తన 'హైందవ వాఙ్మయ చరిత్ర' లో ఆర్యుల దండయాత్ర క్రీ. పూ. 1500–1000 మధ్య నెపుడో జరిగియుండవలెనని, సంహిత క్రీ. పూ. 1000 క్రితము వ్రాయబడెనని వ్రాసియుండెను. 'పాల్‌మానన్ అవర్ సెల్' తన 'హిందూనాగరికత' అను గ్రంథమున సూత్రరచనా కాలము క్రీ. పూ. 1500 – 1000 మధ్య అనెను. 'మెక్డనాల్' తన సంస్కృత వాఙ్మయచరిత్రము'లో క్రీ. పూ. 1500 ప్రాంతమున ఆర్యులు పశ్చిమోత్తర భాగమున ప్రవేశించిరని నిరాటంకముగా జెప్పవచ్చునని, తర్వాత వేదరచనయని వ్రాసెను. తరువాత వ్రాసిన 'భారతవర్ష ప్రాచీన వైభవము అను గ్రంథమున

'మెక్డనాల్' ఆర్యుల రాక క్రీ. పూ. 14 వ శతాబ్ద మనియే వ్రాసెను.' క్రీ. పూ. 1500 ప్రాంతమున ఆర్యులు భారత భూమిని బ్రవేశించిరని చెప్పిన 'సర్. జాన్. మార్షల్ సిద్ధాంత మును, థోమస్, జిమ్మర్ మన్, 'ఆర్.డి. బెనర్జీ, యస్.కె. చటర్జీ, ఆర్. ఛందా, మున్నగు విద్వాంసు లంగీకరించిరి. 'ఐతరేయ బ్రాహ్మణము' అనువాదముచేసిన 'మార్టిన్‌హాగ్' వేదరచన క్రీ. పూ. 1400 – 1200 మధ్య అనెను. 'మోక్షముల్లరు' అను జర్మనువిద్వాంసుడు, ఋగ్వేదఛందముల కాలము క్రీ.పూ. 1200–1000 అని, మంత్రములు కాలము క్రీ. పూ. 1000 – 800 అని, బ్రాహ్మణముల కాలము క్రీ. పూ. 800–600 అని, సూత్రకాలము క్రీ. పూ. 600 – 200 అని, ఋగ్వేదరచన క్రీ. పూ. 1200 కు వెనుకకు బోవుటకే వీలులేదని, క్రీ. శ. 1853 లో బ్రచురించిన 'ప్రాచీన సంస్కృత సారస్వత చరిత్రములో వ్రాసెను. 'కీత్' అను విద్వాంసుడు దీని నంగీకరించెను. 'రాప్సను' అను విద్వాంసుడు 'ప్రాచీన భారతవర్షము' అను గ్రంథమున క్రీ.పూ. 1200–1000మధ్య వేదరచనయని, సంహితలుగాగూర్చుట క్రీ.పూ.1000–800 మధ్య అని యభిప్రాయ మొసంగెను. 'కోవెల్' అను విద్వాంసుడు వేదరచనా కాలము క్రీ. పూ. 1000 – 900 మధ్య అనెను. 'బ్లిత్' కూడ దీని నంగీకరించెను. 'ఈశ్వరీప్రసాదు' ఋగ్వేద సూక్తములు క్రీ. పూ. 2500 – 800 మధ్య కాలము లోని వనెను. 'హెర్టల్' అను విద్వాంసుడు ఆర్యులు క్రీ. పూ. 11 వ శతాబ్దిలో భరతవర్షమునకు దిగిరని 'ఈరాను'

లోనే ఋగ్వేద రచనారంభమని, 'అవెస్తా' కాలమునకు ఎక్కువ దూరములేదని యభిప్రాయ మొసంగెను. కె.వి. రంగస్వామి, అను విద్వాంసుడు ఋగ్వేదము క్రీ. పూ. 1000 క్రితమని వ్రాసెను. టి. యల్. షా. యను భారతీయ విద్వాంసుడు ప్రాచీన హిందూ దేశము 1 సం, లో వేదమతము క్రీ. పూ. 8 లేక 9 వ శతాబ్దములో వచ్చెనని, ఋగ్వేద మప్పటిదేనని యభిప్రాయ మిచ్చెను. 'ఎ. సి. ఊల్నర్' వేదరచనా కాలము క్రీ. పూ. 2000 – 1200 మధ్యనని యభిప్రాయ మొసంగెను. 'కెన్నడీ' అను విద్వాంసుడు, వేదకాలము క్రీ.పూ. 1200-1100 మధ్యఅనెను. 'స్టీవెన్సను,విల్సను, హీలర్, బార్తిలీమా, సెంట్ హీలైరా' మున్నగు వారందరు పై సిద్ధాంతము నంగీకరించియుండిరి. ఆంగ్లేయ విజ్ఞానసర్వస్వము క్రీ. పూ. 1000 ఏండ్ల క్రితము ఆర్యులు భారతభూమికి వచ్చిరని తెల్పుచున్నది. 'హాప్కిన్సు, జాక్సను' అను యిరువురు అమెరికా విద్వాంసులు, ఋగ్వేదమునకు అవెస్తాకు భాషలో విశేషము తేడా లేకుండుటచేత, అవెస్తా వ్రాసిన 'జరాతుష్టుడు' విశేషపూర్వుడు గాకుండుటచేత, ఋగ్వేదకాలముకూడ సమీపములోనిదే యని, ఋగ్వేదభాషకు, ఉపనిషత్తుల భాషకు విశేష తేడాలేదని, ఋగ్వేద సూక్త రచయితలు ప్రాచీన హీబ్రూ వాఙ్మయమును సృష్టించిన వారితో సమకాలీనులని, అభిప్రాయము లొసంగిరి. ఇంకను అనేకమంది వేరువేరు అభిప్రాయము లొసంగిరి. మొత్తముమీద వేదకాలము క్రీ. పూ. 25000 నుండి క్రీ. పూ. 2500 వరకు అని చెప్పిన వారొక వంక గలరు; రెండవ పక్షములో క్రీ. పూ. 1500

నుండి క్రీ. పూ. 600 వరకు అని చెప్పిన వారు గలరు. మొదటి మూడు వేద సూక్తముల రచన క్రీ. పూ. 1300 నుండి క్రీ. పూ. 975 వరకు జరిగినదని, మహాభారత యుద్ధము క్రీ. పూ. 950 ప్రాంతమున జరిగెనని, క్రీ. పూ. 9 వ శతాబ్దములో శుక్ల యజుర్వేద రచన యని, అథర్వవేదము అప్పటిదేనని, మా యభిప్రాయము. ఇతర వేదములతోఁబాటు గౌరవము గల్గుటకు అథర్వవేదమునకు గొంతకాలము పట్టినదని మా యభిప్రాయము. మేము వ్రాసినదంతయు చారిత్రకాభిప్రాయము. మహాభారతములోని వ్యక్తులకు వేదములలోని వారికి సంబంధ ముండుటచేత, వేదకాల నిర్ణయమును జేసితిని. ఈ కాలనిర్ణయముల జేయుటకు గావలసిన సాధన సామగ్రి వేదములు, బ్రాహ్మణములు, పురాణములు, మహాభారతము మున్నగు గ్రంథములలోనే లభ్యమగు చున్నది. వీనిని వదలిపెట్టి, అనేకములగు వక్రమార్గములలో బడి లక్షలాది సంవత్సరములకు వీనిని నెట్టుట చరిత్రకు విరుద్ధము. కాన చదువరులు శ్రద్ధవహించి, సత్యాన్వేషణయే జీవితమునకు పరమావధిగా బెట్టుకొని, కార్య కారణ సంబంధముల బరామర్శించి, హేతువాద బుద్ధితో, శాస్త్రీయమగు చారిత్రక దృక్పథముతో ముందుకు నడచెదరని నమ్ముచున్నాను.